hạnh phúc

ĐÍCH THỰC

Trò chuyện với thiền sư Thích Nhất Hạnh
Hạnh phúc đích thực
Xuất bản theo hợp đồng sử dụng tác phẩm giữa Công ty Cổ phần
Văn hóa Huy Hoàng và tác giả Hoàng Anh Sướng

HUY HOANG

Biên mục trên xuất bản phẩm của Thư viện Quốc gia Việt Nam

Hoàng Anh Sướng
    Trò chuyện với thiền sư Thích Nhất Hạnh - Hạnh phúc đích thực
/ Hoàng Anh Sướng. - H. : Văn học ; Công ty Văn hoá Huy Hoàng,
2018. - 311tr., 8tr. phụ bản ; 21cm
    ISBN 9786049630293

    1. Đạo Phật 2. Triết lí 3. Hạnh phúc
    294.3444 - dc23

                                        VHH0382p-CIP

Nhà báo **HOÀNG ANH SƯỚNG**
Trò chuyện với Thiền sư
THÍCH NHẤT HẠNH

hạnh phúc
ĐÍCH THỰC

HUY HOANG **vh** NHÀ XUẤT BẢN VĂN HỌC

Lời nói đầu

Thiền sư Thích Nhất Hạnh là một trong những Đại Thiền sư nổi tiếng thế giới, tác giả của hàng trăm cuốn sách, trong đó có rất nhiều cuốn được xếp hạng best sellers như *An lạc từng bước chân, Phép lạ của sự tỉnh thức, Chúa ngàn đời Bụt ngàn đời...* Ông là một văn nhân, một thi nhân, một học giả và cũng là một người đấu tranh cho hòa bình bằng phương pháp bất bạo động. Năm 1967, khi đề nghị Hội đồng Nobel trao giải Nobel Hòa bình cho Thiền sư Thích Nhất Hạnh, mục sư nổi tiếng người Mỹ Martin Luther King đã phát biểu: "Ông thầy tu mảnh khảnh xuất thân từ Việt Nam này, ngài là một học giả uyên thâm. Những phát kiến cho hòa bình của ngài, nếu áp dụng được, sẽ dựng nên một tượng đài cho tinh thần hòa đồng, tình huynh đệ và nhân bản". Thiền sư chính là người thành lập dòng tu tiếp hiện, hành trì theo lý tưởng "đạo Phật đi vào cuộc đời" với phương pháp thực tập chánh niệm được xây dựng căn bản trên 14 giới tiếp hiện. Phương pháp thực tập chánh niệm của Thiền sư Thích Nhất Hạnh đã trở nên nổi tiếng khắp thế giới vì thực hành đơn giản nhưng kết quả lại vô cùng sâu sắc. Chỉ cần đem tâm trở về với thân bằng cách chú ý đến hơi thở và chú tâm vào những hành động hằng ngày, chúng ta có thể từ từ chuyển hóa và trị liệu nhiều vết thương trong ta và những người khác bằng lòng từ và tâm thương yêu.

Cuối năm 2013, Thiền sư Thích Nhất Hạnh đã tổ chức chuyến hoằng pháp đạo Phật dọc nước Mỹ, kéo dài suốt hai tháng với hàng trăm buổi thuyết pháp, hàng chục khóa tu tại rất nhiều địa danh nổi tiếng như Đại học Harvard, Ngân hàng World bank, Công ty Google, Facebook... Nhà báo Hoàng Anh Sướng đã theo chân Thiền sư trong suốt hành trình đó và đã thực hiện cuộc trò chuyện dài kỳ này với rất nhiều tâm huyết và niềm hứng khởi. Từng phần của cuộc trò chuyện đặc biệt này đã được đăng tải trên báo "Tuổi trẻ & Đời sống", nay được tập hợp lại trọn vẹn trong một cuốn sách.

Xin trân trọng giới thiệu với đông đảo bạn đọc.

Lời giới thiệu

Đọc "Hạnh phúc đích thực"
nghĩ về Thiền sư Thích Nhất Hạnh
và những chuyện ở bên ngoài cuốn sách
TRẦN ĐĂNG KHOA

I

uý vị đang có trên tay cuốn sách đặc biệt: *Hạnh phúc đích thực*. Đó là cuộc đàm thoại rất thú vị giữa nhà báo Hoàng Anh Sướng và Thiền sư nổi tiếng thế giới Thích Nhất Hạnh về vấn đề hạnh phúc, làm thế nào để có được hạnh phúc? Tôi gọi đây là "cuốn sách đặc biệt" cũng bởi sự ra đời khá "đặc biệt" của nó.

Trước khi nằm trên tay quý vị, cuốn sách đã đến với đông đảo bạn đọc cả nước dưới dạng loạt bài ghi chép của nhà báo Hoàng Anh Sướng trên báo *Tuổi trẻ & Đời sống* - một tờ báo có lượng phát hành rất lớn. Rồi nhiều bạn đọc, vì quá yêu thích loạt bài này, đã photo thành từng tệp trao tặng cho bạn bè, người thân. Nhiều chủ nhà hàng ăn chay ở Hà Nội, thành phố Hồ Chí Minh và nhiều địa phương trên cả nước còn "khuyến mại" tệp photo này cho khách hàng với lời dặn thầm thì như niệm thần chú với gương mặt vừa tươi tắn, mát lành, vừa âm u, bí hiểm: "Đọc đi! Đọc đi! Bí kíp để thành người hạnh phúc đấy!"

Thế rồi, vào một chiều cuối năm 2014, tại Hiên trà Trường Xuân, nhà báo Hoàng Anh Sướng đang tiếp Hãng truyền hình Nhật Bản đến thăm và làm phim về anh với góc độ một nghệ nhân trà, một nhà nghiên cứu và truyền bá Trà đạo ở Việt Nam, thì có một bưu phẩm được đóng gói rất đẹp chuyển đến anh. Mở bưu phẩm ra, Hoàng Anh Sướng ngỡ ngàng. Hóa ra đó là cuốn *Hạnh phúc đích thực* mà anh chính là tác giả, với "Lời mở đầu" của người biên tập: *"Ai trong chúng ta cũng muốn có hạnh phúc và đang đi tìm hạnh phúc. Vậy hạnh phúc đang ở đâu và làm thế nào để có được hạnh phúc? Đó là vấn đề được Đại lão Hòa thượng Thiền sư Thích Nhất Hạnh trò chuyện cùng nhà báo Hoàng Anh Sướng, đã đăng trên báo "Tuổi trẻ & Đời sống" trong những số ra gần đây.*

Là độc giả thường xuyên của quý báo và cũng là những người luôn theo dõi những bước chân hoằng pháp lợi sinh của Thiền sư, chúng tôi, qua đây, xin phép nhà báo Hoàng Anh Sướng và Đại Hòa thượng Thiền sư, *tập hợp và in vi tính loạt bài trên thành tập sách để tặng - như một món quà năm mới 2015 - cho những ai đang đi tìm hạnh phúc, muốn có **Hạnh phúc đích thực**..."*

Tiếng là in vi tính như một tài liệu tham khảo nội bộ của một nhóm Phật tử ở thành phố Hồ Chí Minh, nhưng cuốn sách vẫn rất đẹp và sang trọng. Hoàng Anh Sướng thực sự bàng hoàng và hạnh phúc. Anh đã là tác giả của nhiều cuốn sách ăn khách nhưng cuốn sách này vẫn nằm ngoài hình dung của anh. Bởi trước đó, chính anh cũng không hề hay biết gì về sự ra đời của nó. Và rồi, cũng như mọi độc giả bình thường khác, anh tò mò đọc và "bất ngờ vì thấy nó hay quá." Bởi khi viết từng kỳ và in trên báo, nó chỉ là từng mảng chiêm nghiệm rời rạc. Nhưng khi tập hợp lại thành một tác phẩm hoàn chỉnh, nó mới hiện rõ hình hài với vẻ đẹp tinh khiết, nhân bản.

Hoàng Anh Sướng nhờ người quen tìm nhóm Phật tử trong thành phố Hồ Chí Minh đã âm thầm in cuốn sách ấy. Anh muốn gửi họ một khoản tiền để họ chuyển cho anh mấy trăm cuốn sách làm quà tặng bạn bè. "Thế sao Sướng không đưa cho nhà xuất bản in ra thành một cuốn sách nghiêm chỉnh, cuốn vi tính này còn có nhiều lỗi quá!". Một bạn văn đã góp ý với Hoàng Anh Sướng như vậy. "Nhưng cuốn sách đã xong đâu. Vẫn còn một phần nữa. Đó là những bi kịch giữa lòng nước Mỹ và sự chuyển hóa kỳ diệu của những nỗi khổ, niềm đau ấy mà tôi đã từng gặp, từng chứng kiến khi theo chân Thiền sư Thích Nhất Hạnh tổ chức những khóa tu dọc nước Mỹ. Tôi vẫn còn đang viết mà!”. “Đó lại là cuốn sách khác. Có thể đấy là *Hạnh phúc đích thực tập II* chăng? Còn cuốn sách này đã khép lại rồi. Một cuốn sách hoàn chỉnh. Bạn đọc họ tinh lắm! Tỉnh lắm! Chính những người viết nhiều khi lại u mê...”. Và thế là cuốn sách *Hạnh phúc đích thực* ra đời. Nó ra đời vì sự thôi thúc của chính người đọc. Ngay cả tên cuốn sách cũng do bạn đọc đặt. Hoàng Anh Sướng bảo tôi: “Thực ra, cuốn sách này cũng chỉ như nhiều cuốn khác của em thôi. Nhưng người đọc thích nó, yêu nó, có lẽ vì quá ngưỡng mộ Thiền sư Thích Nhất Hạnh. Thầy Hạnh *siêu* lắm đấy!”

II

Có lẽ với đông đảo người đọc, Thiền sư Thích Nhất Hạnh không còn xa lạ. Ông là một trong những Đại Thiền sư nổi tiếng thế giới, người được các Phật tử xem như một vị Phật sống tái thế. Những cuốn sách, những bài thuyết pháp của ông được lưu truyền trên khắp hành tinh. Từ cuối những năm sáu mươi của thế kỷ trước, ông đã là ứng cử viên của Giải Nobel hòa bình. Tôi biết ông có phần muộn hơn, nhưng cũng trước Hoàng Anh Sướng đến cả chục năm.

Dịp ấy đang độ xuân. Như mọi người dân Việt, tôi đưa vợ con đi lễ chùa Bồ Đề (Gia Lâm, Hà Nội). Ngôi chùa này, Thiền sư Thích Nhất Hạnh và tăng đoàn Làng Mai đã từng đến thuyết pháp. Thế rồi, trong lúc chờ vợ hóa vàng, tôi dắt con gái đi dạo chơi vãn cảnh chùa. Tôi thực sự ngạc nhiên khi nhìn thấy trong cửa hàng bán Kinh Phật cùng sách Tử vi bói toán, có rất nhiều đĩa CD thuyết pháp của Thiền sư Thích Nhất Hạnh, cả đĩa hình, đĩa tiếng, nhưng đều bán đồng loạt một giá như nhau, và bán rất rẻ, chỉ có hai ngàn đồng/đĩa. Số tiền ấy không đủ mua một gói kẹo lạc hay một mớ rau muống. Nhưng nhờ với giá rẻ như thế mà một em bé đánh giầy lang thang cơ nhỡ hay một bà hành khất cũng có thể mua được cả một buổi thuyết pháp của một vị Thiền sư lừng danh thế giới. Tôi mua một vài đĩa về nhà nghe thử. Nghe cũng vì tò mò. Nhưng nghe rồi, tôi bắt đầu mê các bài thuyết pháp của ông. Tôi rất kinh ngạc khi trong các bài pháp thoại của vị Thiền sư nổi tiếng thế giới mà lại không thấy chùa, không thấy Kinh, không thấy cả Phật nữa, chỉ thấy những chuyện đời thường của mình, của gia đình mình, của những người thân. Nó vô cùng giản dị như muôn mặt của đời sống. Thiền sư hướng dẫn ta làm sao có được sự an lạc, thảnh thơi giữa đời sống bộn bề những lo toan, hờn trách. Làm thế nào để có thể đứng vững trước bao nhiêu bão táp, mưa dông, bon chen, đố kỵ. Rồi cách ứng xử để lập truyền thông với bố mẹ, vợ chồng, con cái, bạn bè, để có tình yêu thương đích thực, để được hiểu và được thương. Đặc biệt, ta cần phải làm gì khi người thân mất? Người mất thì họ đi về đâu? Tôi rất thích lối diễn giải của Thiền sư Thích Nhất Hạnh. Ông bắt đầu câu chuyện từ một giọt mưa. Giọt mưa rơi xuống phiến đá. Ta nhìn thấy rõ giọt nước ấy. Nó long lanh sáng. Rồi nó thấm dần như một chấm nâu. Ta nhắp đi, ngoảnh lại, không còn thấy nó nữa. Lại nghĩ, giọt mưa đã chết. Nó đã biến khỏi mặt đất. Nhưng không! Giọt mưa không chết. Nó cũng không biến đi. Nó vẫn đang tồn tại. Nhưng tồn tại trong một hình dạng khác. Nó đã thành một đám mây che mát trên đầu ta. Rồi từ mây, nó hóa tiếp cơn mưa, tưới mát lành cả mặt đất. Cũng tương tự như thế, khi bố mẹ ta chết, bố mẹ cũng có mất đâu. Bố mẹ vẫn tồn tại, nhưng tồn tại ở một dạng khác. Bố mẹ vẫn luôn ở trong ta, trong từng tế bào cơ thể ta. Không cần phải dùng đến kỹ thuật kiểm tra ADN, ta chỉ cần đứng trước gương. Thấp thoáng sau gương mặt ta là gương mặt bố mẹ, ông bà, và xa hơn nữa là các cụ kỵ, tổ tiên ta. Tổ tiên vẫn luôn hiện hữu ở ngay trong ta. Vậy thì ta phải sống thế nào, tu thế nào để gương mặt ta luôn sáng đẹp. Gương mặt ta sáng đẹp, tâm hồn ta sáng đẹp, thì gương mặt bố mẹ, ông bà, tổ tiên cũng sáng đẹp.

Bàn đến thế là sâu sắc lắm!

Tôi cũng rất ám ảnh bởi câu chuyện của Thiền sư về một người lính Mỹ. Anh tham trận ở Việt Nam. Trong một trận càn, anh đã giết một đứa trẻ. Đứa trẻ hoàn toàn vô tội. Anh ân hận, dằn vặt và đau khổ. Nhiều người lính khác cũng thế. Đó là những người tốt. Chỉ người tốt mới biết ân hận. Trở về Mỹ, họ mắc một căn bệnh - bệnh hội chứng chiến tranh Việt Nam. Có người bị tâm thần, không còn sống được bình thường, cũng không có bệnh viện nào chữa khỏi. Họ tìm đến Thiền sư Thích Nhất Hạnh, học một khóa tu của ngài. Thiền sư bảo, dẫu sao anh cũng đã giết người. Bây giờ, anh có dằn vặt, ân hận hay đổi cả mạng sống của mình thì đứa trẻ ấy cũng không thể sống lại được nữa. Tội của anh rất nặng. Nhưng anh vẫn có thể thoát được nghiệp chướng. Đứa trẻ không sống lại được, nhưng vẫn còn rất nhiều những đứa trẻ khác đang nguy kịch. Chúng đang đói khát và tật bệnh. Chúng sẽ chết nếu không được cứu. Vậy anh hãy cứu chúng đi. Cứu được một đứa trẻ thoát khỏi cái chết là anh đã giải được nghiệp rồi. Cứu được đứa thứ hai, thứ ba, thứ tư... anh sẽ thành vị Bồ tát. Và như thế, ngay cả những kẻ tội đồ cũng có thể thành Bồ tát, nếu biết tu tập.

Người lính ấy bỗng như được giải thoát. Anh đã khỏi hẳn bệnh. Đã khỏe mạnh trở về với đời sống thường ngày. Rồi anh đi làm việc thiện. Không chỉ cứu được một đứa trẻ thoát khỏi cái chết mà anh cứu được hàng trăm đứa trẻ bất hạnh ở Việt Nam và ở khắp nơi trên thế giới.

Tôi bắt đầu thấy mê các bài thuyết pháp của Thiền sư Thích Nhất Hạnh. Tôi tìm tới các chùa, mua các đĩa hình, đĩa tiếng ghi các bài giảng của ông. Rồi cũng vì yêu Thiền sư, tôi bắt đầu đến với đạo Phật. Tôi tìm mua các cuốn sách về Phật, các bài Kinh, rồi các bài giảng của các Đại đức, Hòa thượng khác. Nhưng phải nói thật, đã nghe Thiền sư Thích Nhất Hạnh thuyết pháp rồi thì rất khó nghe các vị sư khác. Nhiều khi, tôi còn thấy dị ứng. Có vị sư giảng Phật pháp mà mắt cứ long lên sòng sọc, giọng vỏng vót, gắt gỏng, đầy sân hận. Có vị vừa giảng vừa trêu ghẹo mấy nữ Phật tử ngồi dưới. Có vị lại còn tạo sự hấp dẫn bằng cách kể những câu chuyện tiếu lâm tục tĩu, bợm trợn, kể cả chuyện *Đậu phụ làng cắn đậu phụ chùa*. Giảng Phật pháp, hướng người ta đến với đạo Phật, lại mang chùa mang sư ra giễu thì ai còn tin Phật, tin sư nữa đây?

Tôi lại trở về với Thiền sư Thích Nhất Hạnh. Lại sưu tầm các đĩa ghi hình những bài pháp thoại của ông. Rồi tôi lọ mọ chuyển các đĩa CD bài giảng của ông ra MP4, MP3. Tôi đưa vào các Ipod, Ipad rồi tặng bạn bè và người thân của mình. Nhà báo Hoàng Anh Sướng là người đầu tiên tôi tặng món quà quý đó. Tôi biết anh là nhà báo có tài. Anh cũng rất giỏi thuyết giảng. Nhiều bài viết, bài nói của Hoàng Anh Sướng về Trà đạo, về tâm linh, ngoại cảm rất hay, rất hấp dẫn. Bản thân tôi cũng đã viết bài giới thiệu tập sách *Bùa ngải xứ Mường* của anh. Tôi bảo Sướng: "Chú nghe đi. Trong này có hàng ngàn bài hát. Hàng chục cuốn tiểu thuyết đặc sắc của thế giới phát trong chương trình *Đọc truyện đêm khuya* của *Đài Tiếng nói Việt Nam*. Nhưng trước hết, chú hãy nghe phần của thầy Hạnh. Nhiều lắm. Nghe các bài thuyết pháp trước rồi nghe các truyện dài của thầy sau".

Lúc bấy giờ, Hoàng Anh Sướng đang say mê nghiên cứu các nhà ngoại cảm. Anh lầm lụi vượt rừng, vượt núi cùng họ đi tìm mộ liệt sĩ, rồi nghiên cứu các cuộc gọi hồn. Trông anh lúc nào cũng tất tả, bận rộn. Người lúc nóng, lúc lạnh, lúc vui, lúc buồn. Có lúc cũng đau khổ vì sự hục hặc của các nhà ngoại cảm với nhau. Tôi hỏi: "Chú đã nghe chưa? Nghe thầy Hạnh thuyết pháp chưa?" "Em nghe rồi. Nhưng cứ nửa chừng lại bỏ. Ông cụ ê à quá. Cứ tháng Năm một câu, tháng Mười một câu. Oải vô cùng!". Tôi biết mình thật vô duyên. Muốn hướng người thân đến với Phật pháp nhưng mặt mình trông cứ gian gian, làm sao người đời tin được. Người nhẹ dạ còn chả tin thì làm sao thuyết phục được một cây bút sắc lẹm như Hoàng Anh Sướng!

Câu chuyện bỏ lửng đó. Tôi và Hoàng Anh Sướng vẫn gặp nhau hàng ngày nhưng không bàn đến chuyện ấy nữa. Anh cũng quẳng cái Ipod 160 GB tôi tặng ở xó xỉnh nào mất rồi. Tôi không hỏi mà anh cũng chẳng quan tâm.

Thế rồi mùa hè năm 2013, đột ngột anh khoe với tôi: "Thiền sư Thích Nhất Hạnh mời em sang Mỹ ba tháng tham dự những khóa tu và buổi thuyết pháp của thầy dọc nước Mỹ". "Thế thì chú nên đi ngay!" - Tôi bảo Sướng. "Tuyệt lắm đấy. Bận gì cũng hãy bỏ hết. Đây là cơ hội ngàn năm có một. Chú phải đi ngay!"

Quả như sự tiên đoán của tôi. Chuyến đi ấy vô cùng thú vị. Cuộc gặp gỡ giữa nhà báo Hoàng Anh Sướng với Thiền sư Thích Nhất Hạnh như có sự dẫn dắt, sắp đặt của Trời, Phật. Anh có rất nhiều tư liệu quý về Thiền sư Thích Nhất Hạnh do tôi cung cấp trước đó, nhưng vì không chịu nghe nên đến khi tiếp xúc với Thiền sư tại Mỹ, anh vẫn là kẻ tay không. Anh hoàn toàn tinh khiết như một trang giấy trắng. Và rồi, suốt ba tháng theo chân Thiền sư Thích Nhất Hạnh dọc nước Mỹ, anh đã tự khám phá tầm vóc lồng lộng của Thiền sư. Anh kinh ngạc khi thấy người dân khắp nơi trên hành tinh đổ về nước Mỹ nghe Thiền sư thuyết giảng Phật pháp. Trong số hàng ngàn người nghe đó có những nhà chính trị nổi tiếng, những nhà khoa học lỗi lạc từng được trao giải Nobel. Trình độ, địa vị xã hội và số phận của mỗi người cũng rất khác nhau nhưng họ đều sùng kính Thiền sư, coi Thiền sư như một vị Phật sống. Anh cũng ngạc nhiên khi biết mỗi giờ thuyết giảng của Thiền sư được trả một khoản tiền rất lớn nhưng Thiền sư sống rất đạm bạc. Tài sản và vật dụng của Thiền sư chẳng có gì đáng giá. Số tiền lớn ấy, Thiền sư dùng để nuôi hàng ngàn đệ tử trong Tăng đoàn, rồi làm từ thiện cho những người bất hạnh ở khắp nơi trên thế giới. Ở Việt Nam, những năm bao cấp, rất nhiều nghệ sĩ đã nhận được sự giúp đỡ của ngài. Một trong số họ là thi sĩ Hoàng Cầm. Sau này, qua cuốn hồi ký của sư cô Chân Không, tôi mới biết được bí mật ấy. Hoàng Cầm nhận được tiền qua sư cô Chân Không gửi. Và ông cứ tưởng Chân Không là một nhà doanh nghiệp hay một tiểu thư khuê các, một mệnh phụ phu nhân lãng mạn, rất yêu những bài thơ tình của ông. Ông hoàn toàn không biết đó là một sư cô trẻ tuổi, và tiền ông nhận là tiền của Thiền sư Thích Nhất Hạnh.

Cái tài đặc biệt của Thiền sư Thích Nhất Hạnh là ông đã hiện đại hóa đạo Phật, đưa đạo Phật vào cuộc sống của mọi tầng lớp người, trong đó có những người Tây phương đã từng theo nhiều tôn giáo khác. Cũng nhờ có ông mà đạo Phật ở phương Tây phát triển rất nhanh và mạnh, đặc biệt được giới trẻ và trí thức hâm mộ. Ông mở nhiều khóa tu tập riêng cho giới doanh nhân, giới bảo vệ môi trường, giáo chức, cựu chiến binh, văn nghệ sĩ. Ông cũng mở cả khóa tu cho giới diễn viên Hollywood, các Nghị sĩ Quốc hội Hoa Kỳ, rồi những khóa tu cho cả cảnh sát, an ninh và người coi tù. Người dự khóa tu không cần phải quy y nhưng có thể thừa hưởng kho tàng tuệ giác của đạo Phật để tháo gỡ khó khăn trong đời sống nội tâm, tái lập truyền thông với những người khác, trong đó có gia đình, đồng nghiệp, đem lại hạnh phúc trong đời sống hàng ngày. Điều đáng kinh ngạc là trong những người tham gia khóa tu của Thiền sư, có người từng là linh mục, là mục sư, như mục sư Cyber Lee ở Houston, Texas. Vị mục sư này đã xin thụ trì 5 giới, quy y tam bảo mà không thấy có sự mâu thuẫn nào giữa đức tin Cơ Đốc giáo của bản thân với tuệ giác đạo Phật. Sau đó, ông còn đến Làng Mai của Thiền sư Thích Nhất Hạnh ở Pháp để tiếp tục tu học cho đến khi thành một vị giáo thọ của Làng Mai, tức là người có khả năng mở những khóa tu theo giáo lý đạo

Phật. Vị mục sư này cũng đã viết thư cho bề trên, đề xuất nguyện vọng muốn được vừa làm mục sư, vừa làm giáo thọ đạo Phật. Sáng Chủ nhật ông giảng bài cho con chiên, chiều hướng dẫn thiền tập cho mọi người, trong đó có cả những con chiên ở trong nhà thờ…

III

Ai sinh ra cũng mong mình được hạnh phúc. Không phải ngẫu nhiên mà trong Bản Tuyên ngôn Độc lập, khai sinh nước Việt Nam Dân chủ Cộng hòa, Chủ tịch Hồ Chí Minh đã bàn đến hạnh phúc. Người dẫn cả Tuyên ngôn Độc lập của nước Mỹ, trong đó khẳng định, con người ai sinh ra cũng có quyền bình đẳng. Đó là quyền bất khả xâm phạm. Trong số những quyền ấy có quyền tự do, quyền mưu cầu hạnh phúc. Trong tiêu chí của một Quốc gia mà chúng ta luôn vươn tới, cũng là "Độc lập", "Tự do" và "Hạnh phúc". Nhưng nói như nhà thơ Bùi Minh Quốc: *"Hạnh phúc là gì? Bao lần ta lúng túng - Hỏi nhau hoài mà nghĩ mãi vẫn chưa ra?"* Chúng ta đi tìm hạnh phúc, nhưng sao chỉ gặp những khổ đau. Có lẽ vì quan niệm "Hạnh phúc là đấu tranh" thì làm sao mà hết khổ đau được? Theo Thiền sư Thích

Nhất Hạnh, không thể có hạnh phúc từ những cuộc tranh giành. Sự thành công của mình không thể trả giá bằng sự thất bại của người khác. Tại sao người kia phải thất bại thì mình mới thành công? Tại sao người khác cứ phải đau khổ thì mình mới hạnh phúc? Đó là một câu hỏi quan trọng. Làm thế nào để tôi thành công và anh cũng thành công, thì hạnh phúc của ta sẽ lớn hơn, vì không ai đau khổ từ sự thành công của chúng ta hết. Hạnh phúc của chúng ta đâu phải chỉ là quyền lực, danh vọng, tiền bạc. Hạnh phúc là khi chúng ta có tình yêu thương và sự hiểu biết. Với đạo Phật, phần lớn chúng ta mới thực tập tín mộ, tín ngưỡng, chứ ít người sử dụng được tuệ giác đạo Phật để chuyển hóa thân tâm, tháo gỡ những khó khăn. Cầu nguyện cũng phần nào đem lại sự an lạc, vì giúp lắng dịu những khổ đau, lo lắng. Nhưng muốn giải quyết tận gốc vấn đề thì phải có tuệ giác, mà tuệ giác phải do tu tập mới có được. Hạnh phúc là an lạc, không có an thì không có lạc, an trong thân và an trong tâm. Nếu con người chứa chất quá nhiều sự căng thẳng, thân không an thì tâm làm sao an được? Trong khi đó tâm có những cảm giác, cảm xúc như giận hờn, tuyệt vọng, bạo động…, nếu không có phương pháp cụ thể thì làm sao nhận diện và chuyển hóa được những bất an của tâm? Trong Kinh Niệm xứ hay kinh "Quán niệm hơi thở", Đức Thế tôn đã dạy những phương pháp cụ thể để làm lắng dịu những căng thẳng trong thân, trong tâm, rồi nhìn sâu để xem gốc rễ của những khổ đau phiền não đó do đâu, từ đó mới bắt đầu chuyển hóa được đau khổ, mới có được hạnh phúc.

Cũng theo Thiền sư Thích Nhất Hạnh, đạo Phật ngày xưa giúp đất nước nhiều lắm. Học giả Hoàng Xuân Hãn cho rằng, đạo Phật giúp đời Lý thành triều đại thuần từ nhất trong lịch sử, khi từ vua quan tới dân đều thực tập đạo Phật. Đời Trần cũng vậy. Sau chiến thắng Nguyên Mông, quan quân có đệ trình lên một hòm tài liệu của một số nha lại liên lạc với giặc. Nhưng Vua Trần Thánh Tông đã đem hòm tài liệu đốt trước mặt bá quan để yên lòng trăm họ, bởi lúc đã giành được độc lập, đẩy lui được quân thù thì cần nhất bây giờ là đoàn kết quốc gia. Đó là hành động phát sinh từ tuệ giác của đạo Phật. Hiện giờ, ta có thể học theo những hành động như thế. Cố nhiên là trong chiến tranh chúng ta bị chia rẽ, có những ý thức hệ đối chọi nhau, có những cách thức yêu nước khác nhau. Giờ phải làm thế nào để buông bỏ thái độ đã trở nên không còn phù hợp với thực tiễn. Đừng cho rằng chỉ có lý thuyết của mình là đúng, còn mọi lý thuyết khác đều sai lầm. Thái độ bám vào một chủ thuyết, không bao dung đó sẽ tiếp tục làm cho dân ta khổ.

"Trong giới luật Tiếp hiện của chúng tôi có đưa ra tinh thần đạo Phật là không thờ phụng bất cứ một chủ nghĩa nào, một lý thuyết nào, kể cả đó là lý thuyết Phật giáo. Đạo Phật đưa ra những phương tiện để tu tập, để học hỏi, để chuyển hóa bản thân chứ không phải là những lý thuyết để thờ phụng, để phải phát động những cuộc chiến đẫm máu. Tôi nghĩ thái độ đó rất cần thiết. Vua A Dục ngày xưa sau khi thống nhất đất nước đã đi tu, yểm trợ cho các tôn giáo để các tôn giáo thống nhất nhân tâm. Vì thế, vua A Dục thống nhất được nhân tâm sau khi thống nhất lãnh thổ. Chúng ta nên học bài học đó. Chúng ta thống nhất Nam Bắc nhưng chưa thống nhất được lòng người, vẫn có sự tị hiềm, hận thù, đau khổ trong lòng mỗi chúng ta. Áp dụng đạo Phật là để buông bỏ những hận thù trong quá khứ. Đó là một trong những thực tập mà ta có thể thực hiện ngay, để thống nhất lòng người, ôm lấy nhau mà sống..."

Cái tài của Thiền sư Thích Nhất Hạnh là thế. Ông giảng Phật pháp mà không thấy Chùa, cũng không thấy Kinh, không thấy Phật, chỉ thấy đời sống, thấy những chuyện nóng hổi của đất nước, của xã hội, của gia đình mình và của chính mình. Đến với Phật không phải trông chờ vào phép mầu nhiệm của Phật trong cõi huyền bí nào đó. Điều quan trọng là chúng ta phải vững tin. Tin vào chính mình. Nghĩa là ta phải biến ta thành Phật, để tự giải thoát cho mình. Nhiều khi chỉ thay một quan niệm, chúng ta đã thoát được khổ đau, đã tìm thấy hạnh phúc. Bởi nhiều khi chính ý niệm về hạnh phúc lại là chướng ngại của hạnh phúc. Ta bị mắc kẹt, bị cầm tù bởi chính ý niệm của mình. Không phá được cái nhà tù tự mình dựng lên để giam hãm mình thì làm sao có được hạnh phúc?

Thiền sư Thích Nhất Hạnh đã bàn khá nhiều về hạnh phúc trong các bài thuyết giảng của ông hoặc ở nơi này, hoặc ở nơi kia, nhưng theo tôi, trong cuốn sách *Hạnh phúc đích thực*, vấn đề này đã được ngài dẫn giải đầy đủ nhất, sáng tỏ nhất. Cũng do cách dẫn chuyện rất khéo và tinh tế của Hoàng Anh Sướng mà câu chuyện luôn biến hóa, hấp dẫn, đề cập đến nhiều vấn đề lớn, hóc búa mà vẫn nhẹ nhàng, thanh thoát như không. Người hỏi chuyện, lèo lái câu chuyện và người tiếp chuyện như hai tấm gương cùng soi vào nhau và cả hai cùng sáng lấp lánh...

Đây là cuốn sách của mọi người, mọi nhà. Một cuốn sách rất thú vị và có giá trị lớn với đời sống đương đại.

Và tôi tin, rất tin, cuốn sách sẽ làm quý vị yêu thích...

Hà Nội, ngày 16-1-2015
Trần Đăng Khoa

Ý niệm về hạnh phúc chính là những chướng ngại của hạnh phúc

Nhà báo Hoàng Anh Sướng:

Xin được mở đầu cuộc trò chuyện với Thiền sư bằng một vấn đề mà tôi tin rằng, bất kỳ ai trên hành tinh này cũng quan tâm. Đó chính là vấn đề hạnh phúc, làm thế nào để có được hạnh phúc? Trước tiên, xin được hỏi Thiền sư, với ngài, hạnh phúc là gì?

Thiền sư Thích Nhất Hạnh:

Hạnh phúc là an lạc, không có an thì không có lạc, an trong thân và trong tâm. Nếu con người chứa chất quá nhiều sự căng thẳng, stress, thân không an thì tâm làm sao an được? Trong khi đó tâm có những cảm giác, cảm xúc như giận hờn, tuyệt vọng, bạo động, nếu không có phương pháp cụ thể thì làm sao nhận diện và chuyển hóa được những bất an của tâm.

Nhà báo Hoàng Anh Sướng:

Quan niệm của Thiền sư khác xa so với quan niệm của hầu hết con người đương đại bây giờ, rằng hạnh phúc phải gắn liền với tiền bạc, địa vị, quyền lực, công danh... Thiền sư nghĩ gì về điều này?

Thiền sư Thích Nhất Hạnh:

Tôi nghĩ, chúng ta phải tận dụng nền văn minh tinh thần của chúng ta mà đừng quá tin tưởng vào xã hội tiêu thụ Tây phương. Người Tây phương bây giờ khổ lắm, nhiều người tiền bạc rất nhiều, quyền lực rất lớn nhưng lại cực kỳ cô đơn và phải tự tử. Chúng ta đừng theo dấu xe đổ của họ. Đừng tin rằng ta chỉ hạnh phúc nếu có tiền bạc, quyền lực... Chúng ta chỉ hạnh phúc khi có an trong lòng, có tình yêu và tình thương. Nếu chúng ta có thể an lạc trong từng giây phút của hiện tại thì chúng ta mới có thể có hạnh phúc.

Nhà báo Hoàng Anh Sướng:

Ai sinh ra trên đời cũng mưu cầu hạnh phúc. Mấy tỷ người trên trái đất này là mấy tỷ con đường đi tìm hạnh phúc khác nhau. Song trên hành trình ấy, biết bao khổ đau, bầm dập, biết bao bi kịch đã xảy ra. Tại sao việc kiếm tìm hạnh phúc lại khó khăn đến vậy, thưa Thiền sư?

Thiền sư Thích Nhất Hạnh:

Trong ta, mỗi người đều có một ý niệm về hạnh phúc. Ta nghĩ rằng hạnh phúc là phải như thế này hay như thế kia. Nếu không được như thế này hay như thế kia thì ta kết luận là ta không có hạnh phúc. Như vậy là ta bị kẹt vào ý niệm về hạnh phúc của mình, và trong nhiều trường hợp, ý niệm về hạnh phúc của ta là chướng ngại căn bản để ta đạt tới hạnh phúc. Ví dụ, ta ham muốn đậu được một bằng cấp nào đó, và nghĩ rằng nếu không có cái bằng cấp đó thì không bao giờ mình có hạnh phúc cả. Như vậy tức là ta đã bị kẹt vào một ý niệm về hạnh phúc. Trong khi đang có vô số cơ hội để hạnh phúc, ta lại đánh mất hết, chỉ vì đã tự đóng khung hạnh phúc của mình vào trong cái ý niệm có bằng cấp kia. Đó là một cái muốn, một thứ ái dục, ái dục về bằng cấp. Trong đời sống tu hành cũng vậy. Là một ông thầy tu, mình có thể nghĩ rằng muốn nói cho thiên hạ nghe thì mình phải có một cái bằng cấp vì có bằng cấp thì thiên hạ mới nể, thuyết pháp người ta mới nghe. Vì vậy, mình phải xông xáo ra đời vài ba năm để học và giật cho được bằng cấp đó. Mình đâu có biết rằng vì ý niệm về bằng cấp mà sự nghiệp tu hành của mình có thể sẽ bị hư hỏng. Tóm lại, tất cả đều do ý niệm của mình mà ra, và ý niệm thường rất dễ bị sai lạc.

Có một anh chàng nói: "Hạnh phúc của đời tôi là phải cưới cho được cô này, nếu không cưới được cô ấy thà rằng chết còn hơn, hạnh phúc không thể nào có được!". Như vậy anh chàng đã cột đời mình vào trong ý niệm là phải cưới cho được cô kia. Cưới không được thì đời không còn ý nghĩa gì cả. Tại sao đời không có ý nghĩa gì nữa cả?

Đời còn nhiều ý nghĩa lắm chứ! Nhưng tại mình không thấy được tất cả những cái nghĩa khác của cuộc đời mà chỉ thấy có một nghĩa đó mà thôi. Cái đó gọi là ý niệm. Ý niệm đó ở trong đạo Bụt gọi là Tưởng, một cái Tưởng của mình về hạnh phúc. Muốn sử dụng vô số những điều kiện để có hạnh phúc, muốn đừng giẫm lên những điều kiện của hạnh phúc mà đi, ta đừng nên bị ràng buộc vào một ý niệm nào về hạnh phúc cả. Khi đã bị kẹt vào một ý niệm về hạnh phúc là ta không còn cơ hội nào khác để có hạnh phúc nữa. *Ý niệm hạnh phúc đó gọi là dục tưởng.*

Nhà báo Hoàng Anh Sướng:
Như vậy, ý niệm về hạnh phúc có thể là ý niệm của từng cá nhân nhưng cũng có thể là ý niệm có tính cách cộng đồng, gọi là tâm thức cộng đồng. Ví dụ như ý niệm về hạnh phúc của người Mỹ, họ cho rằng: muốn có cuộc sống hạnh phúc, trước hết, phải có một trình độ học thức tương đương với BA hay BS, nghĩa là phải tốt nghiệp Đại học cấp một. Kế đến, phải có công ăn việc làm, tương đương với trình độ học vấn, lương đủ cao để có thể thuê một căn nhà, mua một chiếc xe. Trong nhà phải có ti vi, tủ lạnh. Thiếu một trong những thứ ấy, người đó sẽ không có hạnh phúc. Điều đó có đúng không, thưa Thiền sư?

Thiền sư Thích Nhất Hạnh:
Cái hạnh phúc đó gọi là ước lệ. Đó là ý niệm về những điều kiện mà mình tin là cần thiết và là căn bản của hạnh

phúc. Nhưng nếu xét kỹ lại, ta thấy rằng rất nhiều người đang có những điều kiện như vậy nhưng không hạnh phúc gì cả. Họ có thể đang bị đau khổ cùng cực. Ngay cả khi có nhiều hơn, trên cả những điều kiện đã đòi hỏi, họ vẫn khổ đau vô cùng. Vậy thì ý niệm về hạnh phúc (dục tưởng) là một điều cần phải được quán chiếu, cần phải tìm hiểu vì ta có thể chết vì nó.

Đừng nói gì ngoài đời, ngay ở trong đạo, người đã tu rồi cũng có thể có một ý niệm về hạnh phúc. Ví dụ, mình nghĩ là phải có một ngôi chùa riêng để tự do sắp đặt theo ý mình, để không phải làm theo điều người khác sai phái. Chừng nào làm trụ trì, làm viện chủ của một ngôi chùa rồi thì mới có quyền, mình có thể bảo chú này, cô kia làm theo điều này, điều nọ. Nhưng than ôi, khi đã có một ngôi chùa riêng rồi mình mới biết rằng cái ý niệm về hạnh phúc đó có thể không đúng chút nào. Thật ra có một ngôi chùa, có một trung tâm tu học không phải là điều dở. Ta có thể căn cứ vào điều kiện đó để tạo rất nhiều hạnh phúc cho mình và cho người. Nhưng không hẳn phải làm chủ một ngôi chùa mới có thể làm được những điều đó. Nếu mình là một người có hạnh phúc, có khả năng hướng dẫn tu học và tạo dựng hạnh phúc cho người, thì không có chùa mình vẫn làm được việc đó như thường. Mình lại khỏi phải chăm sóc và lo lắng cho ngôi chùa như một vị trụ trì. Nhiều khi không có chùa mình có thể tạo hạnh phúc cho mình và cho người gấp mười, gấp trăm lần khi mình có một ngôi chùa! Được tấn phong là Thượng tọa hay Hòa thượng có phải là điều kiện của hạnh phúc không? Có nhiều người rất đau khổ vì không được gọi bằng những danh từ đó. Khi được gọi bằng một danh từ khác họ thấy trong người như có lửa đốt, như bị sốt rét. Tại sao đáng lý mình được gọi bằng danh từ ấy mà người ta gọi mình bằng danh từ này? Khi có sốt rét, khi bị một ngọn lửa đốt cháy, mình biết rằng mình đang bị một dục tưởng trấn ngự, dù đó là một cái danh rất nhỏ. Vì vậy dục tưởng hay ý niệm về hạnh phúc là một đối tượng mà mọi chúng ta cần phải quán chiếu. Khi quán chiếu và đập vỡ được cái dục tưởng ấy rồi thì mình được giải thoát, và tự nhiên ta có vô số hạnh phúc. Điều kiện để hạnh phúc có mặt rất nhiều trong ta và chung quanh ta, sở dĩ ta không sử dụng được chúng là vì ta đang kẹt vào trong cái gọi là dục tưởng.

Đừng tìm kiếm hạnh phúc ở tương lai

"… Lo lắng và sợ hãi về tương lai chỉ làm hư tương lai của mình, còn tiếc nuối và mặc cảm về quá khứ sẽ biến quá khứ thành nhà tù và mình không có khả năng sống trong hiện tại nữa. Đó là sự đáng tiếc…"

Nhà báo Hoàng Anh Sướng:
Vậy làm thế nào có thể nhận diện được những điều kiện để hạnh phúc có mặt rất nhiều trong ta và chung quanh ta, thưa Thiền sư?

Thiền sư Thích Nhất Hạnh:
Nhiều người trong chúng ta tin rằng hạnh phúc chưa thể có được trong hiện tại và cần phải có nhiều điều kiện hơn nữa thì ta mới thực sự hạnh phúc. Đó là lý do tại sao chúng ta cứ tiếp tục chạy theo những đối tượng mà mình mong cầu. Làm như vậy thì chúng ta khổ. Bụt khuyên chúng ta nên trở về với giây phút hiện tại để tiếp xúc với

những mầu nhiệm của sự sống đang có sẵn cho ta ngay trong giây phút này. Trong nhiều kinh, Đức Thế tôn đã dạy rằng quá khứ đã đi qua, tương lai thì chưa tới; chỉ có duy nhất một giây phút mà ta có thể thực sự sống, đó là giây phút hiện tại. Bụt có chỉ dạy cho chúng ta một giáo pháp mà tôi cho là rất quan trọng, đó là giáo pháp Hiện pháp lạc trú. Theo giáo pháp này, chúng ta đã có đầy đủ, nếu không muốn nói là quá dư thừa, những điều kiện để có hạnh phúc ngay trong hiện tại. Chúng ta không cần đi tìm kiếm hạnh phúc ở tương lai. Nếu chúng ta biết đem tâm trở về với thân và thiết lập thân tâm hợp nhất trong giây phút hiện tại thì chúng ta sẽ nhận ra rằng chúng ta đã có quá đủ những điều kiện để hạnh phúc ngay bây giờ và ở đây.

Một ngày nọ, có một thương gia đến thăm Bụt. Đi cùng với ông còn có vài trăm thương gia khác. Hôm đó, Bụt đã thuyết giảng cho họ nghe về giáo pháp Hiện pháp lạc trú. Bụt biết rất rõ rằng các vị thương gia này đang lo nghĩ quá nhiều về những thành tựu trong tương lai. Họ không có thời gian cho chính mình và cho những người mà họ thương yêu. Vì vậy mà Bụt đã dạy rằng: "Này các vị, các vị đừng tìm kiếm hạnh phúc ở tương lai. Hạnh phúc đang có sẵn cho quý vị ngay bây giờ và ở đây". Hiện tại rất đẹp, quá khứ đã đi qua, tương lai thì chưa tới. Mình chỉ có giây phút thực sự sống là hiện tại, nếu sống sâu sắc mình có thể tiếp nhận trời xanh, mây trắng, chim hót, thông reo, hoa nở..., những nhiệm mầu của sự sống. Ly nước trong là nhiệm mầu, mình có thể an trú trong hiện tại để tiếp xúc với ly nước không? Hay khi uống ly nước mà nghĩ tới dự án tương lai? Hiện pháp lạc trú là một nghệ thuật sống có hạnh phúc. Nếu hạnh phúc trong hiện tại thì chắc chắn tương lai sẽ hạnh phúc, còn nếu không có hạnh phúc trong hiện tại thì tương lai cũng không thể có hạnh phúc. Nếu lo rửa bát cho mau để cầm ly trà cho hạnh phúc, thì khi cầm ly trà cũng lại hối hả đến tương lai mà bỏ quên mất ly trà. Vấn đề là thực tập để sống sâu sắc giây phút hiện tại. Ta có đạo Phật mà không dùng được tuệ giác của đạo Phật, nghĩa là đạo Phật của ta chưa thành công.

Nhà báo Hoàng Anh Sướng:

Phương pháp hiện tại lạc trú của Đức Phật mà Thiền sư vừa nói đến là an trú trong hiện tại, không nghĩ về quá khứ, không nghĩ đến tương lai. Vậy thì làm thế nào để rút ra những bài học giá trị từ quá khứ hay lên những kế hoạch, đường hướng cho tương lai, một việc mà hầu hết mọi người phải làm hàng ngày?

Thiền sư Thích Nhất Hạnh:

Hiện pháp lạc trú tức là sống sâu sắc đời sống của mình trong mỗi phút giây. Nguyên tắc là đừng đánh mất mình trong sự tiếc thương hay hối hận về quá khứ, chứ không phải là không được học hỏi từ quá khứ. Mình có thể an trú trong hiện tại và coi quá khứ là đối tượng nghiên cứu của mình. Trong khi thiết lập thân tâm trong hiện tại, mình đem quá khứ về hiện tại để học tập thì mình sẽ học hỏi được nhiều từ quá khứ. Đối với tương lai cũng vậy, đừng đánh mất mình trong sự lo lắng và sợ hãi về tương lai, còn mình có quyền thiết kế tương lai của mình. Mình an trú trong hiện tại và mình đem tương lai về hiện tại để nghiên cứu và hoạch định. Nói cách khác, sống sâu sắc trong hiện tại thì đồng thời mình cũng tiếp xúc được với quá khứ, còn tương lai cũng nằm trong hiện tại. Nếu ta biết xử lý hiện tại một cách đúng đắn nghĩa là ta đang làm tất cả những gì mình có thể làm cho tương lai rồi. Lo lắng và sợ hãi về tương lai chỉ làm hư tương lai của mình, còn tiếc nuối và mặc cảm về quá khứ sẽ biến quá khứ thành nhà tù và mình không có khả năng sống trong hiện tại nữa. Đó là sự đáng tiếc!

Nhà báo Hoàng Anh Sướng:

Có một thực tế là hàng ngày, con người ta luôn phải quay cuồng trong dòng chảy hối hả của nỗi lo gạo tiền cơm áo. Tâm con người như con khỉ chuyền cành, lúc nào cũng náo động, căng thẳng cho nên việc đem tâm trở về với thân và thiết lập thân tâm hợp nhất trong giây phút hiện tại quả là quá khó khăn, thưa Thiền sư!

Thiền sư Thích Nhất Hạnh:

Không hề khó khăn, thậm chí rất đơn giản, bắt đầu bằng việc theo dõi hơi thở của mình. Ta thở vào và theo sát hơi thở xuống dưới bụng. Trong khi thở, ta nhủ thầm "Con đã về". Rồi ta theo dõi hơi thở ra từ đầu cho đến cuối trọn vẹn, thoải mái, đồng thời nhủ thầm "Con đã tới". *Đã về* tức là đã về với sự sống trong giây phút hiện tại, *đã tới* tức là gặp sự sống rồi, không cần vội vã, bôn ba, tìm kiếm gì nữa. Quê hương của mình là sự sống nằm trong giây phút hiện tại. Chỉ giây phút hiện tại mới có thật, trong khi đó quá khứ và tương lai chỉ là những bóng ma. Những bóng ma này có thể gây những tác dụng như tiếc nuối, khổ đau, lo lắng và sợ hãi. Chỉ bằng một động thái đơn giản như thế, tâm ta lập tức sẽ trở về với thân, tiếp xúc với một sự thật mầu nhiệm tuyệt vời là ta đang còn sống trong giây phút hiện tại và đây là giây phút hạnh phúc. Đó là hơi thở có ý thức, hơi thở chánh niệm.

Trong kinh "Quán niệm hơi thở", Bụt đã chỉ dạy cho chúng ta những bài tập cụ thể để tạo dựng niềm vui, hạnh phúc, an lạc. Đó là một giáo pháp rất rõ ràng và sâu sắc. Nếu chúng ta biết cách tạo ra năng lượng niệm và định thì chúng ta có thể tiếp xúc với vô vàn hạnh phúc đang có mặt với ta ở đây, ngay bây giờ. Chẳng hạn như chúng ta tiếp xúc với hai mắt: "Tôi đang thở vào và ý thức về hai mắt của tôi. Tôi đang thở ra và mỉm cười với hai mắt của tôi". Khi ta thực tập như vậy thì tuệ giác sẽ nảy sinh. Chỉ trong hai, ba giây là ta có thể nhận thấy rằng: đôi mắt của mình vẫn còn sáng. Một thiên đường của mầu sắc, hình ảnh đang hiện ra trước mặt. Đối với những người bị khiếm thị, thiên đường ấy, chưa một lần họ nhìn thấy. Vì vậy mà đôi mắt là một trong những điều kiện căn bản để có hạnh phúc. Ta chỉ cần thở vào để thắp sáng ý thức rằng, mình đang có một đôi mắt sáng. Ta cũng có thể thực tập tiếp xúc với trái tim mình: "Tôi đang thở vào và ý thức về trái tim của tôi. Tôi đang thở ra và tiếp xúc với trái tim của tôi". Khi chúng ta sử dụng năng lượng chánh niệm, chúng ta sẽ khám phá ra rằng: trái tim mình đang đập bình thường trong khi biết bao người bị hở van tim, rối loạn động mạch vành. Họ có thể bị đột quỵ bất cứ lúc nào. Nếu cứ tiếp tục thực tập như vậy, ta sẽ tiếp xúc được với vô vàn hạnh phúc đang có mặt trong ta, quanh ta. Đó là tập chánh niệm, nghĩa là đem tâm trở về với thân và an trú trong giây phút hiện tại. Nếu mình hoàn toàn có mặt trong giây phút này, mình có thể nhìn sâu hơn để bước một bước chân ý thức trên hành tinh đẹp đẽ này hay thở vào một hơi để ý thức là ta đang sống trong cõi Niết Bàn, tịnh độ. Và khi ta ở trong cõi thiên đàng thanh tịnh đó rồi thì ta đâu cần phải mệt nhọc chạy theo những danh tiếng, tiền tài, địa vị hay những dục lạc khác. Bình an, niềm vui, hạnh phúc có thể đạt tới ngay. Và sự thực tập này đủ đơn giản cho tất cả mọi người.

Nhà báo Hoàng Anh Sướng:
Thiền sư vừa nhắc đến hai chữ chánh niệm. Xin ngài giải thích rõ, chánh niệm là gì?

Thiền sư Thích Nhất Hạnh:

Chánh niệm là một trong tám phần quan trọng của **Bát chánh đạo**, là sự tỉnh giác, không quên niệm, biết rõ các pháp một cách trọn vẹn, biết rõ những gì phát sanh ngay trong mỗi giây phút của hiện tại, bây giờ và ở đây. Nói một cách dễ hiểu, chánh niệm là sự biết rõ được những gì đang có mặt, đang xảy ra trong ta và xung quanh ta, bây giờ và ở đây. Trong Phật giáo nguyên thủy, chánh niệm là trái tim của thiền tập, là nguồn năng lượng quán chiếu không thể thiếu của một thiền giả; là cột trụ, là cốt tủy trong đạo Phật. Dù tu theo bất cứ pháp môn nào, điều tiên quyết là phải thực tập cho mình có chánh niệm.

Không bùn, không sen. Không có khổ đau sẽ không có hạnh phúc

"... Hoa sen không thể mọc và tỏa hương trên đá quý hay kim cương. Sen chỉ nở và tỏa ngát trên bùn. Hạnh phúc và khổ đau cũng vậy, chúng nương vào nhau. Chúng ta không thể thấy được hạnh phúc ngọt ngào nếu như chưa nếm trải vị cay đắng của khổ đau. Nếu chưa bao giờ bị đói, ta sẽ không biết trân quý món ăn. Nếu chưa bao giờ thấy chiến tranh, ta sẽ không thấy được giá trị lớn lao của hòa bình. Vì thế, nếu có được những kinh nghiệm đau buồn là điều rất tốt, nhờ thế mà trên nền tảng ấy ta nhận diện được hạnh phúc..."

Nhà báo Hoàng Anh Sướng:

Khi có chánh niệm, ta khám phá ra nhiều niềm vui nhưng đồng thời cũng nhận ra nhiều niềm đau và thương tích trong ta. Có cách nào để chuyển hóa những nỗi khổ, niềm đau đang trỗi dậy ấy?

Thiền sư Thích Nhất Hạnh:

Ai trong chúng ta cũng có ít nhiều khổ đau. Nhiều người thường sợ phải đối diện và chìm đắm trong biển khổ đau của mình nên tìm mọi cách trốn chạy. Đọc sách báo, xem ti vi, uống rượu, hút thuốc phiện... hoặc vùi đầu trong công việc chồng chất. Chúng ta không biết làm cách nào để đối diện và chuyển hóa những khổ đau ấy. Chính vì điều này mà trong kinh "Quán niệm hơi thở", Bụt khuyên chúng ta trở về và nhận diện những khổ đau trong ta. Nếu chúng ta biết cách thực tập hơi thở có ý thức, thực tập đi chánh niệm, lái xe chánh niệm và ăn chánh niệm mỗi ngày thì năng lượng chánh niệm trong ta sẽ đủ mạnh để giúp ta trở về, ôm ấp, vuốt ve những lo lắng, sợ hãi, buồn khổ trong lòng và chỉ vài phút sau, những niềm đau, nỗi khổ sẽ vơi đi nhiều. Giống như một bà mẹ bỗng nghe tiếng con khóc. Bà sẽ chạy đến, ôm đứa con vào lòng với tất cả sự trìu mến. Bà mẹ chưa biết chuyện gì xảy ra với đứa bé nhưng cử chỉ yêu thương ấy sẽ làm cho nó hết khóc, hết khổ ngay lập tức. Năng lượng chánh niệm cũng vậy. Chúng ta chưa biết gốc rễ của những niềm đau, nỗi khổ trong ta nhưng nếu ta ôm lấy niềm đau ấy một cách dịu dàng với năng lượng chánh niệm, ta có thể làm dịu đi nhanh chóng cơn đau nhức ấy.

Trong Kinh về Bốn sự thật mầu nhiệm (Tứ Diệu Đế), Bụt đã chỉ ra cho ta sự thật thứ nhất là khổ. Sự thật thứ hai là bản chất của khổ. Nếu biết cách lắng nghe sâu những khổ đau trong chính mình và nhìn sâu vào bên trong với năng lượng của chánh niệm và chánh định thì chúng ta sẽ hiểu được những gốc rễ đưa tới khổ đau đó và thoát khỏi nó. Cái hiểu sẽ làm phát khởi tình thương ngay trong trái tim ta. Nếu ai đó hỏi tôi: "Làm thế nào để chế tác tình thương yêu?" Tôi sẽ nói rằng: "Chỉ có một cách duy nhất là nhìn sâu vào niềm đau, nỗi khổ của chính mình và tìm cách hiểu chúng. Nếu không, ta không thể hiểu được những khổ đau của người khác và không thể thương yêu ai được."

Nhà báo Hoàng Anh Sướng:

Thường ở đời, hiểu được căn nguyên nỗi khổ đau của mình đã khó. Hiểu được nỗi khổ đau của người khác lại càng khó hơn. Vậy có cách nào để hiểu thấu nỗi đau của mình, của người, thưa Thiền sư?

Thiền sư Thích Nhất Hạnh:

Trong các phương pháp tu tập mà Bụt chỉ dạy, có một phương pháp gọi là lắng nghe với tâm từ bi và sử dụng ngôn từ hòa ái. Lắng nghe với tâm từ bi có thể giúp nối lại sự truyền thông. Nhiều người trong chúng ta luôn tìm cách trốn chạy khỏi chính mình, bởi vì chúng ta không biết cách lắng nghe nỗi khổ của chính mình. Khi bắt đầu hiểu được niềm đau của chính mình, chúng ta có thể truyền thông được với chính mình dễ dàng hơn, nhờ đó, chúng ta sẽ dễ dàng truyền thông với người khác. Ta có thể nói với người vợ đang khổ đau của ta rằng: "Em ơi! Anh biết em đã chịu nhiều đau khổ. Vậy mà, nhiều năm qua, anh đã làm những điều không phải khiến em khổ thêm bởi anh đã không hiểu được những khổ đau của chính anh và cả của em nữa. Hãy giúp anh em nhé!

Hãy nói cho anh biết tất cả những khó khăn của em. Anh không muốn tiếp tục phạm phải những sai lầm trước đây và làm cho em khổ thêm nữa". Nếu mình có thể nói với người thương của mình bằng ngôn ngữ như vậy thì người đó có cơ hội mở lòng mình ra. Khi đó ta có thể áp dụng phương pháp lắng nghe với tâm từ bi. Người thương của ta sẽ bớt khổ liền.

Khi ta đau khổ, ta có xu hướng nghĩ rằng khổ đau của ta là do một người khác gây ra. Chúng ta muốn trừng phạt người đó bởi vì họ đã làm cho ta khổ. Nhưng khi chúng ta thực tập hơi thở có ý thức và nhìn sâu vào nỗi khổ, niềm đau của người đó, ta sẽ thấy rằng người đó cũng chỉ là nạn nhân của chính khổ đau trong lòng họ nên họ cần được giúp đỡ chứ không đáng bị trừng phạt.

Nhà báo Hoàng Anh Sướng:
Sống ở đời, ai cũng cần tình thương yêu. Đó là gia tài mà chúng ta trân quý nhất. Chúng ta muốn thương, chúng ta muốn được thương. Bởi tình thương là phương thuốc thần chữa lành mọi nỗi khổ đau. Nhưng nhiều khi thật khó để trải tình thương yêu ấy cho mọi người.

Thiền sư Thích Nhất Hạnh:

Thương yêu là khả năng chăm sóc, bảo vệ, nuôi dưỡng... Nếu mình không phát khởi được năng lượng đó cho chính mình, nếu mình không chăm sóc được mình, không nuôi dưỡng được mình, không bảo hộ được mình, thì khó mà chăm sóc cho kẻ khác. Trong giáo lý đạo Bụt, thương mình chính là nền tảng để thương người. Thương yêu là một sự thực tập. Thương yêu thật sự là một sự thực tập.

Nhà báo Hoàng Anh Sướng:

Tại sao chính mình lại không thương được mình, thưa Thiền sư?

Thiền sư Thích Nhất Hạnh:

Bởi chúng ta luôn có thói quen đi tìm hạnh phúc ở một nơi nào khác với cái bây giờ và ở đây. Chúng ta có thể thiếu khả năng để nhận ra rằng hạnh phúc là điều có thể có được ngay bây giờ và ở đây, rằng chúng ta đã có đủ các điều kiện để hạnh phúc ngay trong giờ phút này. Tin tưởng rằng hạnh phúc không thể có được ngay trong giờ phút này, rằng mình phải đi về tương lai để có thêm những điều kiện hạnh phúc là một tập khí. Tập khí này ngăn không cho chúng ta an trú được trong giờ phút hiện tại, tiếp xúc được với những mầu nhiệm của sự sống đang có mặt bây giờ và ở đây. Đó là lý do tại sao mình không hạnh phúc được.

Trở về với giây phút hiện tại, chăm sóc lấy tự thân, tiếp xúc với những mầu nhiệm của sự sống đang thật sự có mặt, đó đã là thương rồi. Thương là tử tế với chính mình, có lòng xót thương với chính mình, làm phát khởi những hình ảnh của niềm vui, và nhìn mọi người bằng đôi mắt bình đẳng, thương yêu, không kỳ thị. Khi thương, nếu đó là tình thương chân thực, ta bắt đầu thấy người kia là một phần của mình và mình là một phần của người kia. Đạt tới nhận thức đó là đã bắt đầu có tuệ giác vô ngã, đã đạt tới vô ngã. Nếu mình nghĩ rằng hạnh phúc của mình là khác, hạnh phúc của người kia là khác, thì mình chưa thực chứng được chút gì về vô ngã, và hạnh phúc không thể nào đạt tới được. Khi mình đi trên con đường của tuệ giác tiến tới vô ngã, hạnh phúc mang lại từ tâm thương yêu sẽ tăng trưởng. Khi hai người thương nhau, những ngăn cách, phân chia, giới hạn giữa họ bắt đầu tan biến, mình trở thành một với người mình thương. Không còn ganh tị, giận hờn nữa, tại vì giận người kia tức là mình tự giận mình rồi. Vì vậy vô ngã không phải là một học thuyết, giáo điều, hay một hệ tư tưởng mà là một chứng đắc có thể mang lại rất nhiều hạnh phúc.

Nhà báo Hoàng Anh Sướng:

Tôi vừa ngộ ra một điều: Khổ đau và hạnh phúc luôn luôn song hành trong suốt hành trình một đời người. Bởi không có khổ đau sẽ không có hạnh phúc. Điều đó có đúng không, thưa Thiền sư?

Thiền sư Thích Nhất Hạnh:

Hoa sen không thể mọc và tỏa hương trên đá quý hay kim cương. Sen chỉ nở và tỏa ngát trên bùn. Hạnh phúc và khổ đau cũng vậy, chúng nương vào nhau. Chúng ta không thể thấy được hạnh phúc ngọt ngào nếu như chưa nếm trải vị cay đắng của khổ đau. Nếu chưa bao giờ bị đói, ta sẽ không biết trân quý món ăn. Nếu chưa bao giờ thấy chiến tranh, ta sẽ không thấy được giá trị lớn lao của hòa bình. Vì thế, nếu có được những kinh nghiệm đau buồn là điều rất tốt, nhờ thế mà trên nền tảng ấy ta nhận diện được hạnh phúc.

Phần đông chúng ta, ai cũng có một khuynh hướng thâm sâu là tìm về khoái lạc và tránh khổ đau. Điều này có nguyên nhân sâu xa trong tàng thức của ta, phần này của tâm ta gọi là "Mạt na thức". Mạt na thức không ý thức cái hiểm nguy của các sự hưởng thụ ấy. Như con cá đã được báo trước là hãy coi chừng những miếng mồi ngon vì bên trong nó có thể có lưỡi câu móc họng. Nhưng nó vẫn không cưỡng được sự cuốn hút của miếng mồi. Mạt na cũng không thấy được cái lợi lạc của bài học khổ đau. Chúng ta cũng nên tập chấp nhận khổ đau bởi vì khi ta đau, muốn vượt được khổ đau ấy ta phải tập hiểu sâu hơn vấn đề thì mới thương và chấp nhận được. Nếu ta chánh niệm, nếu ta đủ can đảm để trở về với chính ta và ôm ấp nỗi khổ của chính ta thì ta sẽ học được nhiều lắm.

Khuynh hướng thông thường là lẩn tránh nỗi khổ, niềm đau nhưng ta nên làm ngược lại. Nhận diện nó, nhìn sâu và tìm cách chuyển hóa nó. Nếu chỉ biết trốn chạy nỗi khổ, ta sẽ không có cơ hội chuyển hóa. Bởi thế cho nên Bụt dạy ta, trước hết là chấp nhận sự thật thứ nhất, sự thật là mình đang có khổ đau. Sau đó là nhìn sâu vào khổ đau để có thể tìm ra sự thật thứ hai là nguyên nhân đưa ta đến cái khổ đó. Đó là cách duy nhất để cho sự thật thứ ba, con đường hành trì để chuyển hóa khổ đau, đưa tới hạnh phúc có thể xuất hiện được. Vì thế ta nên nhấn mạnh đến vai trò của khổ đau. Nếu quá sợ khổ đau, chúng ta sẽ không có cơ hội khám phá những thành tựu ấy. Nếu biết áp dụng thực tập chánh niệm vào đời sống hàng ngày, chúng ta có thể tạo ra hạnh phúc ngay bây giờ và ở đây. Năng lượng chánh niệm là suối nguồn của hạnh phúc nhưng năng lượng đó không thể mua được trong siêu thị mà chỉ có thể do chính bản thân ta tự chế tác ra.

Bụt cũng có khổ đau
nhưng khổ rất ít vì ngài có tuệ giác

"... Bụt khi đã thành Bụt rồi vẫn khổ đau như thường. Ví như lúc đệ tử của ngài bệnh nặng rồi chết, ngài cũng buồn khổ chứ. Nhưng nhờ tu tập chánh niệm hàng ngày mà ngài có tuệ giác. Và nhờ tuệ giác, ngài mau chóng chuyển hóa được những nỗi khổ niềm đau ấy cho nên Bụt khi đã thành Bụt thì ngài vẫn khổ nhưng khổ rất ít và vì thế, ngài hạnh phúc hơn chúng ta rất nhiều..."

Nhà báo Hoàng Anh Sướng:

Ngài là một trong những Đại Thiền sư nổi tiếng nhất thế giới dùng pháp môn chánh niệm để xoa dịu, chuyển hóa nỗi khổ, niềm đau cho hàng triệu người trên khắp thế giới. Vậy bản thân ngài có còn niềm đau, nỗi khổ nào xâm chiếm, giày vò tâm hồn không? Ngài có còn phải thực tập chánh niệm hàng ngày nữa không?

Thiền sư Thích Nhất Hạnh:

Hồi tôi mới xuất gia, lúc 16 tuổi, tôi cũng hỏi thầy của tôi là: Bụt khi đã thành Bụt rồi có còn khổ đau nữa không? Vì nếu vẫn còn nỗi khổ, niềm đau thì thành Bụt làm gì? Sau này, tôi mới hiểu, Bụt khi đã thành Bụt rồi vẫn khổ đau như thường. Ví như lúc đệ tử của ngài bệnh nặng rồi chết, ngài cũng buồn khổ chứ. Nhưng nhờ tu tập chánh niệm hàng ngày mà ngài có tuệ giác. Và nhờ tuệ giác, ngài mau chóng chuyển hóa được những nỗi khổ niềm đau ấy cho nên Bụt khi đã thành Bụt thì ngài vẫn khổ nhưng khổ rất ít và vì thế, ngài hạnh phúc hơn chúng ta rất nhiều.

Nhà báo Hoàng Anh Sướng:

Có một điều vô cùng đặc biệt là mỗi khi có dịp ngồi gần Thiền sư, tôi cảm nhận rất rõ một nguồn năng lượng bình an, tươi mát luôn tỏa rạng quanh ngài khiến cho những căng thẳng, sợ hãi, lo âu, hờn giận trong tôi dịu lại, tan biến. Lúc nào Thiền sư cũng tỏa rạng vẻ tươi mát, an bình, thư thới, an nhiên như vậy sao?

Thiền sư Thích Nhất Hạnh:

Đó là sự thực tập của tôi. Và tôi luyện cách sống như vậy mỗi phút giây để có thể giữ sự bình an trong tôi suốt ngày. Hồi tôi mới đi tu, thầy tôi có trao cho tôi một quyển sách gồm 60 bài thi kệ để học thuộc lòng. Bất kỳ vị xuất gia nào cũng phải học thuộc các bài thi kệ này để thực tập chánh niệm. Bài thi kệ đầu tiên là bài thức dậy buổi sáng: *"Thức dậy miệng mỉm cười/ Hai bốn giờ tinh khôi/ Xin nguyện sống trọn vẹn/ Mắt thương nhìn cuộc đời."* Tất cả các bài thi kệ đều có bốn câu. Mỗi câu của bài thi kệ đi theo một hơi thở, câu đầu đi với hơi thở vào, câu thứ hai đi với hơi thở ra. Khi mình thở vào, thở ra và thầm đọc bài kệ, mình sẽ ý thức được rõ ràng mình thực sự đang làm gì. Buổi sáng khi chúng ta thức dậy, chúng ta nhận ra là mình đang còn sống và sự sống đang có mặt xung quanh ta. Chúng ta nhận ra 24 giờ là một món quà của sự sống và chúng ta nguyện sống thật sâu sắc với những giờ phút quý báu này. Khi chúng ta thực tập như vậy, hạnh phúc sẽ đến với chúng ta ngay tức thì. Đối với tôi, sự kiện rằng mình đang còn sống là một điều kỳ diệu; chỉ bấy nhiêu đó thôi cũng đủ để ta ăn mừng rồi. Vì vậy, chỉ cần thở vào và ý thức rằng mình đang còn sống đã là một phương pháp thực tập giúp mang lại hạnh phúc rồi.

Còn có một bài thi kệ để thực tập khi chải răng. Khi thực tập bài thi kệ này, chúng ta có thể biến hai hay ba phút chải răng thành những giây phút hạnh phúc. Tôi nay đã 87 tuổi, vậy mà mỗi lần chải răng tôi vẫn thấy vui. Tôi nghĩ thật là hạnh phúc quá chừng, ở tuổi này rồi mà tôi vẫn còn răng để chải! Sau này tôi có làm thêm nhiều bài thi kệ mới, chẳng hạn như bài kệ dùng khi sử dụng điện thoại hoặc khi đi máy bay. Sử dụng những bài thi kệ này luôn mang lại cho tôi nhiều hạnh phúc. Những bài thi kệ có tác dụng giúp cho ta ý thức về những gì ta đang làm trong giây phút hiện tại và chúng ta có thể làm những việc đó với nhiều niềm vui.

Nhà báo Hoàng Anh Sướng:
Pháp môn căn bản của Thiền sư có phải là chánh niệm?

Thiền sư Thích Nhất Hạnh:
Đúng vậy. Pháp môn căn bản của tôi là phương pháp thở chánh niệm và phương pháp đi chánh niệm. Tôi và các đệ tử của tôi có nhiệm vụ trao truyền những thực tập căn bản này đến thiền sinh. Nếu họ chưa biết thở, biết đi trong chánh niệm, đồng nghĩa với việc họ còn bị đói. Ai bỏ đói họ? Các đệ tử của tôi dự phần lớn vào việc bỏ đói họ. Do vậy, các đệ tử của tôi phải nắm thật vững phương pháp thở, phương pháp đi. Mình không cần nói những bài pháp hùng hồn. Sự thực tập vững chãi của mình đã là một bài pháp hay và sống động. Nếu mỗi bước chân, mỗi hơi thở, có khả năng buông thư, có khả năng hạnh phúc, mình sẽ là người đầu tiên được trị liệu và nuôi dưỡng.

Nhà báo Hoàng Anh Sướng:
Thật là vinh hạnh nếu được Thiền sư chỉ dạy cho tôi và độc giả của báo "Tuổi trẻ và đời sống" pháp môn căn bản của ngài!

Thiền sư Thích Nhất Hạnh:
Tôi rất sẵn lòng.

Nhà báo Hoàng Anh Sướng:
Có lẽ xin được mở đầu bằng phương pháp thiền, một trong những pháp môn căn bản của Làng Mai cũng như của đạo Bụt. Trước tiên, xin ngài giải thích, thiền là gì?

Thiền sư Thích Nhất Hạnh:
Thiền, nói cho đầy đủ là Thiền na. Tuy vậy người ta thường ưa nói tắt, nên họ bỏ chữ "na" đi mà gọi là thiền thôi. Tiếng Phạn là Dhyana, có nghĩa là suy nghĩ, quán chiếu, chăm chú vào một đề tài cho nên các tổ ngày xưa đã gọi thiền là Tư duy tu. Tư duy ở đây có nghĩa là suy nghĩ. Thường chúng ta nghe nói thiền không phải là suy nghĩ, tuy vậy gốc của chữ thiền lại có nghĩa là suy nghĩ! Vấn đề đặt ra là suy nghĩ cách nào, và tư duy ra làm sao?

Nhà báo Hoàng Anh Sướng:
Như tôi được biết, chữ thiền còn có rất nhiều nghĩa?

Thiền sư Thích Nhất Hạnh:
Theo sự giải thích của các tổ thì chữ thiền có nghĩa là quán chiếu về một đối tượng. Đó là nghĩa đầu tiên. Tức là mình lấy sự vật nào đó làm đối tượng, và mình nhìn vào nó. Nghĩa thứ hai cũng tương tự như vậy: Mình đến rất gần, mình tiếp xúc rất gần, mình nhận xét rất gần đối

tượng đó, và đối tượng đó thuộc về thế giới hiện tượng. Có thể từ thế giới hiện tượng đó mình đi sâu vào thế giới bản thể. Ví dụ như là đợt sóng. Khi mình quán chiếu đợt sóng một cách rất gần gũi, thì mình khám phá ra được bản chất của sóng là nước.

Nghĩa thứ ba là loại trừ. Trong thiền tập, mình có chủ tâm loại trừ những chất liệu, những yếu tố làm cho mình khổ đau, nó làm cho mình đen tối, nó làm cho mình mờ ám, bất an. Nghĩa thứ tư, trong thiền tập, tâm ý của chúng ta được định lại trên một đối tượng. Nhờ định lực đó mà chúng ta có sức mạnh, và với sức mạnh đó chúng ta đốt cháy được những phiền não. Hình ảnh gần nhất mà chúng ta có thể dùng là hình ảnh của một thấu kính hội tụ tiếp nhận ánh sáng mặt trời. Tất cả những tia sáng mặt trời, sau khi đi qua thấu kính thì tụ vào một điểm, và nếu chúng ta đặt một bông cỏ đúng vào tiêu điểm đó, thì sức nóng hội tụ của ánh sáng mặt trời có thể đốt cháy được cái bông cỏ đó. Thành ra trong thiền tập, nếu chúng ta có định lực hùng hậu thì ta có thể dùng cái định lực đó để chiếu vào trạng thái hôn mê, phiền não, và những trạng thái hôn mê, phiền não đó có thể bị đốt cháy. Đó là một ý nghĩa khác của thiền tập do chư tổ đưa ra.

Thiền còn hàm chứa nghĩa: dừng lại và làm cho buông thư. Sự dừng lại và buông thư được gọi là thiền chỉ. Trong sự thực tập, nếu chưa có khả năng dừng lại và buông thư, mình không thể đi xa hơn. Bởi không thành công thiền chỉ, khó có thể nhìn sâu, thấy rõ bản chất của các hiện tượng - Thiền quán.

Nhà báo Hoàng Anh Sướng:
Tại sao sự dừng lại, buông thư lại quan trọng đến vậy trong thiền, thưa Thiền sư?

Thiền sư Thích Nhất Hạnh:
Mỗi người đều sẵn có hạt giống rong ruổi, tìm kiếm, chúng ta không thể ở yên được, hạt giống này chúng ta được tiếp nhận từ tổ tiên. Sở dĩ, mình không dừng lại được, bởi vì mình thiếu buông thư. Không buông thư được, những căng thẳng trong cơ thể bị dồn nén và yếu tố trầm tĩnh của đời sống mất đi. Nếu thực tập vững vàng phương pháp thở và đi trong chánh niệm, mình sẽ dừng được sự chạy đua. Lúc ấy, sự buông thư và niềm an lạc sẽ lập tức có mặt.

Nhà báo Hoàng Anh Sướng:
Và ngồi thiền chính là cơ hội để ta thực tập dừng lại hoàn toàn?

Thiền sư Thích Nhất Hạnh:
Đúng vậy. Khi ngồi, chúng ta sử dụng hơi thở có ý thức để hỗ trợ cho việc dừng lại ấy. Dừng lại được là bắt đầu có chủ quyền đối với thân và tâm của chính mình. Ngồi thiền trước hết là dừng lại và buông thư. Nếu trong

khi ngồi mà phải đấu tranh, phải gồng mình, và xem việc ngồi thiền như một lao tác mệt nhọc thì đó chưa phải là cách ngồi thiền đúng. Khi ngồi, tư thế phải thật thoải mái, lưng thẳng nhưng buông thư, và khởi sự thực tập theo kinh "Quán niệm hơi thở". Thở vào, tôi ý thức về toàn thân của tôi, thở ra, tôi buông thư toàn thân. Và mình đem cái tâm đi vào cái thân. Cái tâm của mình chỗ nào cũng có cái thân hết, tức là tâm đầy trong thân.

Giống như việc mình ngâm đậu xanh với nước ấm vậy, đậu xanh được ngâm trong nước ấm một hồi, nước sẽ thấm vào trong hạt đậu, hạt đậu sẽ nở ra gấp ba bốn lần ban đầu. Sở dĩ cái thân khô héo là bởi vì cái tâm không thấm vào trong thân được. Nếu muốn cái thân được tươi mát, được thấm nhuận thì cần phải để cho tâm đi vào trong thân. Lúc ấy, thân của mình không còn là một xác chết nữa. Thân của mình sẽ trở thành một thực thể linh động, vì tâm được thấm vào trong từng tế bào. Tức là cái thân đầy cả cái tâm. Trong khi ngồi thiền, mình làm như thế nào để thân của mình đầy tâm mà tâm của mình cũng đầy thân. Khi thân và tâm hợp lại với nhau, mình thật sự có được những giây phút sống sâu sắc. Thiền là một phương pháp thực tập, và nếu thực tập đúng mình sẽ có hạnh phúc liền. Hạnh phúc này bắt đầu từ sự dừng lại và buông thư. Không có sự dừng lại và buông thư, thì không thể nào có hạnh phúc được.

Thiền là phương pháp thực tập đem lại hạnh phúc tức thì

"... Tập ngồi thiền, trước hết phải học cách dừng lại. Đầu tiên là dừng lại những hoạt động của thân, kế đến là dừng lại những hoạt động của tâm. Trong khi ngồi thiền, trước hết ta để ý tới hơi thở. Thở vào, thở ra chậm, sâu, nhẹ và chú ý đến tác động của hơi thở vào bụng và ngực. Trong khi thở như vậy, cơ thể của ta rất buông thư và ta nếm được pháp lạc. Chỉ khi nào ngồi thiền mà có pháp lạc thì khi ấy ta biết rằng ta đang thở đúng. Còn ngồi thiền mà không có pháp lạc tức là ta đang thở sai rồi đó..."

Nhà báo Hoàng Anh Sướng:

Niềm hạnh phúc có được trong lúc ngồi thiền có gì đặc biệt so với niềm hạnh phúc của cuộc sống đời thường trần tục: gạo, tiền, cơm, áo..., thưa Thiền sư?

Thiền sư Thích Nhất Hạnh:

Như tôi vừa nói, thiền là một phương pháp thực tập và nếu thực tập đúng, chúng ta sẽ có hạnh phúc liền. Hạnh phúc này được gọi là thiền duyệt. Thiền duyệt tức là niềm vui trong sự thực tập thiền. Những người tu hành như chúng tôi phải lấy niềm an lạc mà thiền tập đem lại làm thực phẩm hàng ngày *(Thiền duyệt vi thực)*. Nếu mình bắt đầu dừng lại và buông thư được, tức khắc mình sẽ có được hỷ lạc. Khi có được hỷ lạc, mình mới khởi sự quán chiếu vào lòng sự vật để thấy được bản chất của sự vật. Mình có thể thực tập theo những hướng dẫn của Đức Thế tôn để dừng lại. Thở vào, con ý thức về hình hài của con. Thở ra, con ý thức về toàn thể hình hài con. Lúc đó, cái tâm đi vào cái thân và cái thân đi vào cái tâm. Kế tiếp, mình buông thư thân thể, tâm hồn dựa vào hơi thở có ý thức. Thở vào, con buông thư thân thể con, tâm hồn con. Thở ra, con tiếp tục để cho tâm hồn con, thân thể con được buông thư. Hãy cho ra ngoài hết tất cả những dồn nén, những căng thẳng. Sự buông thư này sẽ mang lại sự trị liệu. Do vậy, khi đề cập đến khổ hay gọi tên những nỗi khổ, mình đừng quên đề cập đến những căng thẳng trong thân thể và tâm hồn. Bởi nó đích thực là một nỗi khổ và rất quan trọng, cần được chúng ta quan tâm đến. Chúng ta đừng nói đến đói, đến nghèo, hãy nói đến sự căng thẳng trước tiên.

Nhà báo Hoàng Anh Sướng:

Hiện nay, ở Việt Nam, rất nhiều người đã tìm đến phép ngồi thiền như một cách hữu hiệu để giảm stress, tăng cường sức khỏe song phần đông họ gặp khó khăn trong lúc ngồi thiền. Theo thầy, lý do tại sao? Và làm thế nào để ngồi thiền đạt hiệu quả cao?

Thiền sư Thích Nhất Hạnh:

Ai trong chúng ta cũng muốn mình ngồi thật đẹp, ngồi thật hạnh phúc. Vì vậy, mỗi người cần phải tìm ra cái thế ngồi mà mình cảm thấy vững chãi, hạnh phúc nhất. Khi đã tìm được một thế ngồi thích hợp thì ta mới có thể ngồi lâu được. Ta có thể ngồi được nửa giờ, bốn mươi lăm phút, một giờ hoặc có thể là một giờ rưỡi. Điều này tùy theo khả năng của mỗi người. Khi ngồi thiền chúng ta thường hay ngồi trong tư thế kiết già, đó là thế ngồi vững chãi nhất. Nếu không ngồi được kiết già thì ta có thể ngồi bán già, hoặc tìm một thế ngồi nào thích hợp với mình, như ta có thể ngồi trên một chiếc ghế, buông hai chân chạm đất. Tư thế nào cũng được miễn sao ngồi cho thật vững chãi, thật thoải mái, dễ chịu là được. Nếu trong nhà bạn có bàn thờ Phật thì bạn có thể ngồi trước bàn thờ Phật. Nếu không, bạn chọn một nơi nào thích hợp, có thể là trước cửa sổ, nhìn ra ngoài trời. Sắm một cái gối nhỏ, dày chừng 10 đến 15 phân, kê dưới mông, hai bàn chân xếp lại, đầu gối đặt xuống bên ngoài chiếc gối nhỏ. Như vậy mông và đầu gối trở thành thế ba chân vạc, ngồi rất vững, không kẹt, có thể ngồi lâu mà không tê chân. Bạn có thể đốt một cây nhang cho khung cảnh thêm thanh thoát hơn. Tay cầm cây nhang cho khoan thai, tập trung tâm ý vào việc đốt nhang và cắm nhang vào bình. Làm sao cho có chú tâm *(niệm)* và tập trung *(định)* trong khi đốt nhang. Tâm ý hoàn toàn có mặt trong khi đốt nhang. Ngồi xuống, để lưng và đầu thành một đường thật thẳng, thẳng mà không cứng. Tập ngồi thiền, trước hết phải học cách dừng lại. Đầu tiên là dừng lại những hoạt động của thân, kế đến là dừng lại những hoạt động của tâm. Trong khi ngồi thiền, trước hết ta để ý tới hơi thở. Thở vào, thở ra chậm, sâu, nhẹ và chú ý đến tác động của hơi thở vào bụng và ngực. Trong khi thở như vậy, cơ thể của ta rất buông thư và ta nếm được pháp lạc. Chỉ khi nào ngồi thiền mà có pháp lạc thì khi ấy ta biết rằng ta đang thở đúng. Còn ngồi thiền mà không có pháp lạc tức là ta đang thở sai rồi đó.

Nhà báo Hoàng Anh Sướng:

Cứ như sự chỉ dẫn của Thiền sư thì ngồi thiền đâu có khó khăn. Vậy mà bản thân tôi cũng đã được hết thầy này, cô nọ chỉ dẫn mà nhiều khi tâm vẫn bị vọng động, thân thấy căng thẳng, nhức mỏi, thậm chí có những khi tôi còn bị trầm cảm.

Thiền sư Thích Nhất Hạnh:

Có thể là lúc ấy bạn đang cố gắng quá nhiều, dụng công quá nhiều nên bạn cảm thấy cả thân lẫn tâm mình bị căng thẳng. Thở chứ có làm gì đâu mà phải dụng công. Chúng ta bắt đầu ngồi thiền bằng việc điều thân và điều tức. Điều thân là điều chỉnh tư thế ngồi của mình cho ngay ngắn, buông thư. Đầu không cúi xuống quá cũng không ngước lên, thân buông thư thật thoải mái. Điều tức là điều hòa hơi thở. Hơi thở có ý thức làm cho tâm thấm vào trong thân và thân thấm vào trong tâm. Khi thân tâm đã nhất như, đã buông thư rồi thì trong người sẽ khỏe nhẹ, dễ chịu. Mỗi khi ngồi thiền chúng ta đều phải làm việc này trước hết. Làm sao để mỗi khi ngồi thiền thân tâm phải buông thư, phải cảm thấy dễ chịu, thư thái trong giây phút ấy. Bạn chỉ ngồi đó và để ý tới hơi thở mà không cần phải làm gì hết vì cuống óc đã phụ trách nhịp thở và nhịp đập của trái tim rồi. Còn nếu muốn, bạn có thể kéo dài nhịp thở của mình để có thêm pháp lạc. Thành ra, khi mình thở vào, thở ra có ý thức thì hai cánh tay, hai bờ vai rồi toàn thân từ từ được buông thư trọn vẹn. Khi thấy thân của mình đang thư giãn, nhịp đập của trái tim chậm lại, tức là khi ấy hệ thống miễn dịch đang được củng cố. Lúc này cơ thể của mình có khả năng tự trị liệu được những đau đớn trong thân cũng như trong tâm.

Nhà báo Hoàng Anh Sướng:

Thiền sư đã từng nói với học trò của mình: "50 năm thầy chỉ dạy các con về hơi thở và bước chân. 50 năm nữa các con cũng sẽ chỉ dạy hơi thở và bước chân." Qua đó mới thấy hơi thở và bước chân chánh niệm quan trọng như thế nào trong pháp môn của ngài. Xin Thiền sư chia sẻ thêm về điều này!

Thiền sư Thích Nhất Hạnh:

Trong chúng ta ai cũng có một chút bệnh, không bệnh nhiều thì bệnh ít. Theo dõi hơi thở, ngồi thiền, thiền hành có thể giúp điều trị, làm giảm bớt và chấm dứt những căn bệnh đó. Sự trị liệu này xảy ra trong từng giây phút. Khi theo dõi hơi thở và buông thư, hơi thở vào có thể là ba hoặc bốn giây, hơi thở ra có thể là năm hoặc bảy giây, thì ba bốn giây, hay năm bảy giây ấy đã là trị liệu rồi. Điều này đúng cho cả thân và tâm. Khi trong tâm có những buồn phiền, lo lắng, bực bội thì hơi thở chánh niệm sẽ ôm lấy tâm hành đó, làm cho tâm hành đó lắng dịu xuống.

Cảm xúc là một năng lượng, cảm thọ là một năng lượng, và năng lượng đó có thể làm cho ta dễ chịu hay khó chịu. Khi có một cảm xúc mạnh thì ta không có bình an, dù đó là cảm xúc vui hay cảm xúc buồn. Có nhiều người nghe tin mình trúng số độc đắc, rồi vì vui mừng quá mà lăn đùng ra ngất xỉu. Vì vậy, biết thực tập hơi thở thường xuyên thì ta sẽ có khả năng nhận diện và ôm lấy cảm xúc, ôm lấy cảm thọ khi gặp những chuyện bất ngờ xảy tới. Lúc ấy ta sẽ không bị những cảm xúc mạnh chi phối vì ta đã buông thư những cảm thọ đó rồi. Cái đó gọi là an tịnh tâm hành. Trong kinh An Ban Thủ ý có một bài thực tập gọi là "An tịnh thân hành", tức là làm cho thân an tịnh và buông thư. Rồi lại có một bài thực tập khác nữa gọi là "An tịnh tâm hành", tức là làm cho những cảm giác, cảm xúc của ta lắng dịu lại. Sau khi đã buông thư cái thân rồi thì tiến tới bước thứ hai là buông thư cái tâm. Nếu đang hờn giận hay buồn phiền, thì ta phải trở về với hơi thở liền lập tức. Biết trở về với hơi thở thì những cảm xúc mạnh ấy sẽ yếu dần đi. Nếu cảm thọ khổ đau lớn quá thì ta quán chiếu thêm một chút nữa về người kia, cái người mà ta nghĩ rằng đã làm cho ta buồn khổ. Nếu nhìn sâu vào họ, ta sẽ thấy rằng chính người kia cũng đang đau khổ. Người ấy có những thói quen không tốt nhưng người ấy lại không có khả năng quản lý, điều phục được nó, cho nên người đó đang tự làm khổ chính mình và làm khổ những người chung quanh. Người đó là nạn nhân của chính người đó. Khi thấy được người ấy đang khổ sở thì ta có thể phát khởi được tâm từ bi, tại vì trong ta có sẵn hạt giống của tình thương. Hễ thấy ai khổ thì ta thương. Sở dĩ ta ghét người kia, ta không thể thương được họ là vì ta không thấy được nỗi khổ của họ. Một khi đã thấy thì tự nhiên ta thương được, một khi tình thương đã phát khởi thì lòng ta sẽ trở nên mát mẻ không còn bị nóng bức nữa. Vì vậy mà cái nẻo về của tâm ý vốn có thể được thay đổi.

Đi thiền hành là một niềm vui lớn

"… Thiền hành có nghĩa là đi bộ trong trạng thái thân tâm chánh niệm, đi như thế nào để mỗi bước chân đưa lại cho mình sự vững chãi, thảnh thơi và giúp mình tiếp xúc được với những mầu nhiệm của sự sống đang có mặt trong giây phút hiện tại. Khi đi, ta tiếp xúc với mặt đất một cách chánh niệm. Mỗi bước chân định tâm trong phút giây hiện tại đó cho ta thêm vững chãi, niềm vui và sự thanh thoát. Thoát khỏi những tiếc nuối trong quá khứ và lo sợ cho tương lai. Mỗi bước chân như vậy có thể nuôi dưỡng, trị liệu được cho mình…"

Nhà báo Hoàng Anh Sướng:

Thưa Thiền sư! Tôi được biết pháp môn thiền định của Làng Mai không chỉ có thiền ngồi mà còn có thiền hành, thiền trà, thiền làm việc, thiền buông thư..., trong đó, thiền hành được Thiền sư đặc biệt chú trọng. Xin Thiền sư cho biết, thiền hành là gì?

Thiền sư Thích Nhất Hạnh:

Thiền hành có nghĩa là đi bộ trong trạng thái thân tâm chánh niệm, đi như thế nào để mỗi bước chân đưa lại cho mình sự vững chãi, thảnh thơi và giúp mình tiếp xúc được với những mầu nhiệm của sự sống đang có mặt trong giây phút hiện tại. Khi đi, ta tiếp xúc với mặt đất một cách chánh niệm. Mỗi bước chân định tâm trong phút giây hiện tại đó cho ta thêm vững chãi, niềm vui và sự thanh thoát. Thoát khỏi những tiếc nuối trong quá khứ và lo sợ cho tương lai. Mỗi bước chân như vậy có thể nuôi dưỡng, trị liệu được cho mình.

Đi thiền hành là một niềm vui lớn. Ta đi chậm rãi, đi một mình hay đi với bạn. Ta đi mà không cần phải tới, đi để được đi, vừa theo dõi hơi thở, vừa ý thức từng bước chân. Không nghĩ đến tương lai hay quá khứ, không nên để ưu tư phiền muộn vây quanh, ta sống cho giây phút hiện tại. Ta đi như một người hạnh phúc nhất trên đời.

Nhà báo Hoàng Anh Sướng:

Hàng ngày, mọi người vẫn bước đi nhưng do công việc bận rộn nên họ thường đi hối hả, lăng xăng, lật đật. Cả người phóng về phía trước, đi như bị ma đuổi, đi như chạy. Điều đó, có ảnh hưởng xấu đến sức khỏe không?

Thiền sư Thích Nhất Hạnh:

Hàng ngày ta vẫn đi nhưng ta thường đi như bị ma đuổi. Chúng ta hấp tấp đi về tương lai để tìm hạnh phúc, tìm danh lợi, tìm cái gì đó và đánh mất sự sống. Sự sống ở trên trái đất này rất là ngắn nhưng mọi người chưa biết sống sâu sắc trong từng giây phút để có hạnh phúc. Đi như vậy, ta để lại những dấu vết hằn tất tả và phiền muộn lên mặt đất. Phải đi làm sao để dấu chân ta in nét thảnh thơi và an lạc. Tất cả chúng ta đều làm được điều đó nếu chúng ta thực lòng muốn thế. Chỉ cần chúng ta bước được một bước thảnh thơi là chúng ta sẽ bước được bước thứ hai, thứ ba, thứ tư... Khi chúng ta bước được một bước có an lạc và hạnh phúc, thì chúng ta cũng đang nuôi dưỡng và giữ gìn hạnh phúc cho toàn thể nhân loại. Đi thiền hành là một phép thực tập mầu nhiệm.

Ngày xưa, Bụt đi rất nhiều, gần hai chục nước. Ngài không có máy bay, ô tô như mình bây giờ. Ngài chỉ đi bộ thôi nhưng Ngài đi rất thảnh thơi, không có gì vướng bận. Mình cũng phải học được cách đi thảnh thơi như vậy. Thảnh thơi tức là tự do. Có một cái gì đó trói buộc mình, nó làm cho mình không có thảnh thơi, tự do. Đó là sự lo lắng. Mình có những dự án, mình muốn thành công nên bị nó hút hồn, khiến cho đứng ngồi không yên mà ăn ngủ cũng không yên, lúc nào cũng bất an như ngồi trên đống lửa. Chính cái đó nó trói buộc không cho mình thảnh thơi.

Nhà báo Hoàng Anh Sướng:

Nhưng nhiều khi đang đi, ta lại sực nhớ đến những khoản tiền đóng học cho con, giấy đòi nợ thanh toán của ngân hàng, những món tiền cần phải trả… Lúc đó ta phải làm sao, thưa Thiền sư?

Thiền sư Thích Nhất Hạnh:

Mỗi việc mỗi lúc. Có lúc cần ngồi xuống, định tâm để giải quyết những món tiền cần trả, nhưng khi đang đi thảnh thơi thì việc gì phải lo trước khi đang đi. Một thời điểm, chú tâm lo một việc thôi. Chúng ta đi thiền hành để chữa lành cho ta, để trị liệu, bởi vì đi như thế ta buông nhẹ được những lo âu, những bức bách, những căng thẳng trong thân và trong tâm ta.

Nhà báo Hoàng Anh Sướng:
Khi thực tập thiền hành, cần chú ý những điều gì?

Thiền sư Thích Nhất Hạnh:

Trong đạo Bụt có hai pháp môn: Một pháp môn là Chỉ tức là dừng lại, đừng để cho nó chìm xuống thêm, đừng để cho nó lăn thêm, dừng lại để đứng dậy. Và một pháp môn là Quán, tức là nhìn sâu. Chỉ và Quán, hai cái nương vào nhau. Chỉ làm cho Quán thành công. Và Quán giúp cho Chỉ xảy ra mau hơn. Vì vậy Chỉ phải có Quán. Nó giống như là hai cánh của một con chim, nếu chim mà có đủ hai cánh thì bay rất dễ. Người nào vừa tu Chỉ lại vừa tu Quán thì Chỉ cũng thành công mà Quán cũng thành công. Nhờ Chỉ mà mình có thể Quán được và nhờ

Quán cho nên mình Chỉ rất là dễ. Nhờ dừng lại cho nên mới nhìn sâu được gốc rễ vấn đề và nhờ nhìn sâu cho nên dừng lại rất là mau. Hai cái nó nương vào nhau, chứ không phải là cái này có trước rồi cái kia có sau. Đức Thế tôn từng dạy: Như chim có hai cánh, người tu phải có Chỉ và Quán.

Khi đi thiền hành, tức là mình đi từng bước một trong chánh niệm, khi ấy, mình có thể vừa thực tập Chỉ và vừa thực tập Quán được. Ở trong một bước chân có thể có hai cái: Chỉ và Quán. Nếu không biết tu thì mình đi như bị ma đuổi, sống trong trôi lăn và chìm đắm. Tuy cũng đi như người ta nhưng mình bị những lo lắng buồn phiền lôi đi, bị khổ đau nhấn chìm, còn những người kia họ đang đi thiền hành, họ có ý thức với bước chân và hơi thở của họ nên họ làm chủ được tâm mình và không bị lặn ngụp trong trầm luân. Cho nên đi thiền hành là một phương pháp để giữ cho mình đừng có bị chìm đắm, đừng có bị trôi lăn.

Khi thực tập thiền hành phải thực tập như thế nào để dừng lại được trong khi đi. Đi như là đi chơi trong Tịnh độ mà không đi như bị ma đuổi, buông thư được trên từng bước chân. Đường dài, mình bước như dạo chơi. Đường càng dài càng hay, vì mình có thể dạo chơi càng nhiều. Bạn chọn một con đường dễ đi để mà tập. Bờ sông, công viên, sân thượng, rừng hay ngõ trúc. Nếu con đường không khấp khểnh và lên dốc xuống dốc nhiều quá thì tốt. Bạn bước chậm lại, và tập trung sự chú ý vào những bước chân. Bước đi bước nào, bạn phải ý thức về bước ấy. Bước khoan thai, trang trọng, trầm tĩnh, thẳng thắn. Bước như in bàn chân của bạn trên mặt đất. Bước như một Đức Phật. In bàn chân của bạn trên mặt đất, trang trọng như một vị quốc vương đóng cái ấn của mình trên tờ chiếu chỉ. Cái ấn của quốc vương trên tờ chiếu chỉ có thể làm cho ơn mưa móc thấm nhuần trăm họ, hoặc cũng có thể làm cho trăm họ điêu linh. Bước chân của bạn cũng thế. Thế giới có an lạc hay không là do bước chân của bạn có an lạc hay không. Tất cả tùy thuộc nơi một bước chân của bạn. Nếu bạn bước được một bước an lạc thì bạn có khả năng bước hai bước an lạc. Và bạn có thể bước được một trăm lẻ tám bước an lạc.

Hành động nào quan trọng nhất trong đời bạn? Thi đỗ, mua xe, mua nhà hay thăng quan tiến chức? Biết bao nhiêu người đã thi đỗ, đã mua xe, mua nhà, thăng quan tiến chức, nhưng không có an lạc, không có hạnh phúc. Vậy cái điều quan trọng nhất trong đời là có an lạc, và chia sẻ an lạc ấy với người khác, với các loài khác. Mà muốn có an lạc, bạn phải thành công trong mỗi bước chân. Vậy cái bước chân của bạn là quan trọng nhất, nó quyết định tất cả.

Nhà báo Hoàng Anh Sướng:

Khi đi, cách kết hợp giữa hơi thở và bước chân ra sao, thưa Thiền sư?

Thiền sư Thích Nhất Hạnh:

Khi đi thiền ngoài trời, chúng ta có thể đi chậm hơn bình thường và chúng ta kết hợp hơi thở với bước chân. Nếu thở vào bước ba bước thì bạn thầm đếm 1, 2, 3, thở ra bước năm bước thì bạn thầm nói 1, 2, 3, 4, 5. Theo dõi hơi thở và đếm bước chân khiến cho cái đầu ngưng suy nghĩ. Khi những lao xao trong tâm lắng xuống thì sự chú tâm vào bước chân sẽ sâu sắc hơn, và mình nếm được bình an. Nếu phổi của bạn thích bạn bước bốn bước thay vì ba thì bạn hãy bước bốn bước. Nếu nó muốn bạn bước hai bước thôi thì bạn bước hai bước. Hơi thở vào hay ra có thể ngắn dài khác nhau. Khi đi thiền hành mà bạn cảm thấy dễ chịu, thoải mái và an lạc tức là bạn đã thực hành đúng phương pháp.

Bạn hãy chú tâm đến sự tiếp xúc bàn chân trên mặt đất. Hãy đi như là bạn đang hôn mặt đất. Chúng ta đã gây bao thương tổn cho trái đất. Đã đến lúc ta phải biết chăm sóc trái đất. Chúng ta đi để đem lại sự bình an cho trái đất và chia sẻ bài học tình thương của ta. Trong khi đi, lâu lâu ta có thể dừng lại để ngắm một quang cảnh đẹp, một gốc cây, một đóa hoa hay một đám trẻ con đang vui chơi. Trong khi nhìn, ta vẫn theo dõi hơi thở để đừng đánh mất đóa hoa đẹp vì những dòng suy tưởng của ta. Và ta lại tiếp tục đi nếu ta muốn. Dưới mỗi bước, gió mát trỗi dậy làm mới lại thân tâm. Dưới một bước chân, một đóa hoa tươi nở rộ. Điều này chỉ xảy ra khi ta biết sống trong hiện tại, không để tương lai hay quá khứ lôi cuốn ta đi. Đoạn đường từ bãi đậu xe tới siêu thị là một cơ hội cho ta thực tập thiền hành, từ phòng khách tới nhà bếp cũng là một cơ hội... Hàng ngày chúng ta có rất nhiều cơ hội để đi thiền hành. Mỗi bước chân có ý thức đều là những bước chân thiền hành, đều là công phu tu tập.

Nếu đi mà như đi chơi, mỗi bước chân đều có thảnh thơi, an lạc, không bước vội vàng, hối hả thì trong khi đi như vậy sự trị liệu sẽ xảy ra cho thân và tâm. Cho nên, mỗi hơi thở, mỗi bước chân đều là trị liệu hết. Thiền tọa giúp trị lành những căn bệnh, mà thiền hành cũng có khả năng điều trị tương tự.

Không hiểu, không thể thương yêu sâu sắc

"... Trong đạo Phật, từ bi gắn liền với trí tuệ. Không hiểu, không thể thương yêu sâu sắc. Không hiểu, không thể thương yêu đích thực. Hiểu chính là nền tảng của tình thương yêu. Mỗi người đều có những nỗi niềm, những khổ đau, bức xúc riêng, nếu không hiểu, sẽ không thương mà giận hờn, trách móc. Không hiểu, tình thương của mình sẽ làm người khác ngột ngạt, khổ đau suốt đời. Nhân danh tình thương, người ta làm khổ nhau..."

Nhà báo Hoàng Anh Sướng:

Xin phép được hỏi Thiền sư một số câu hỏi về đời tư. Ngài có thể từ chối trả lời nếu ngài thấy không tiện. Tôi được biết ngài sinh năm 1926 tại Huế và xuất gia năm 16 tuổi ở chùa Từ Hiếu. Cơ duyên nào đưa ngài đến con đường đạo Bụt sớm như vậy?

Thiền sư Thích Nhất Hạnh:

Lần đầu tiên tôi được nhìn hình ảnh của Đức Phật trên một tờ tạp chí là năm tôi lên bảy tuổi. Phật ngồi trên cỏ, thật bình an và mỉm cười. Tôi rất cảm kích, bởi vì quanh tôi không ai được như vậy. Vì thế, ngay từ ngày ấy, tôi đã mong được như ngài, và trong tôi có một khát khao lớn. Cảm tưởng rằng mình sẽ không bao giờ hạnh phúc được nếu không là thầy tu. Người đời thường gọi đó là tâm ban đầu - sự khát khao sâu sắc mà một người có thể có. Tôi đã nuôi dưỡng ước mong đó cho tới năm tôi 16 tuổi, khi tôi xin được cha mẹ tôi để đi tu và tôi được quy y, thọ giới. Có thể nói là cho tới bây giờ, cái tâm ban đầu đó vẫn còn sống mạnh mẽ trong tôi.

Nhà báo Hoàng Anh Sướng:

Cha mẹ ngài không phản đối sao?

Thiền sư Thích Nhất Hạnh:

Ban đầu thì hơi miễn cưỡng vì họ nghĩ là cuộc sống của một nhà tu cực khổ và nhiều khó khăn.

Nhà báo Hoàng Anh Sướng:

16 tuổi đã bước vào con đường tu hành khổ hạnh. Trên con đường tu đạo, có khi nào ngài nằm mơ về một mái ấm gia đình với người vợ hiền và những đứa con thơ?

Thiền sư Thích Nhất Hạnh:

Có một lần, lúc tôi vào khoảng 30 tuổi. Khi ấy, tôi đang đi thiền hành ở một công viên bên Pháp, tôi thấy một bà mẹ trẻ đang đùa với một đứa bé rất xinh. Trong một thoáng rất nhanh, tôi đã nghĩ là nếu tôi không đi tu thì tôi cũng sẽ có người vợ trẻ và đứa con như thế. Ý niệm đó chỉ thoáng qua trong một giây thôi rồi thì tôi vượt qua ngay ý nghĩ ấy.

Nhà báo Hoàng Anh Sướng:

Tôi đã từng nghe câu chuyện rất cảm động về mối tình của ngài với một người con gái mà ngài rất yêu thương nhưng vì nguyện sống trọn vẹn con đường đạo Bụt mà ngài đã rời bỏ cô gái đó. Ngài có bao giờ nhớ về kỷ niệm ấy? Ngài có thấy tiếc nuối không?

Thiền sư Thích Nhất Hạnh:

Không! Bởi tình yêu đó chưa bao giờ mất. Nó tiếp tục phát triển. Đối tượng thương yêu của tôi được mở rộng ra mỗi ngày, cho đến khi tôi có thể ôm được tất cả mọi người. Thương một người là cơ hội mầu nhiệm để mình thương mọi người. Nếu như đó là tình thương đích thực. Trong tuệ giác vô ngã, mình thấy đối tượng của tình thương mình luôn có đó, và tình thương của mình tiếp tục phát triển. Không có gì mất đi cả, và mình không hối tiếc điều gì, bởi vì nếu mình có tình thương đích thực trong lòng thì mình và tình thương ấy cùng đi về một hướng, và mỗi ngày mình đều có thể thương thêm được nhiều hơn.

Nhà báo Hoàng Anh Sướng:

Thế nhưng tôi thấy ở tăng thân Làng Mai, hầu hết những người xuất gia đều là những người trẻ tuổi. Và ngài đã khuyến khích họ hãy từ bỏ tình yêu riêng nếu muốn trở thành tu sĩ. Tại sao lại nên từ bỏ cơ hội thương yêu này, thưa Thiền sư?

Thiền sư Thích Nhất Hạnh:

Trong đời sống xuất gia, mình nguyện phát triển hiểu biết và thương yêu. Mình phát triển khả năng ôm trọn tất cả mọi người trong tình thương của mình. Vì vậy, như tôi đã nói, thương một người là cơ hội để mình biết thương được thật nhiều người. Nhất là khi người kia, những người kia có cùng lý tưởng với mình thì càng thương càng giàu có và càng hạnh phúc, không có khổ đau gì hết. Là một người xuất gia, mình sống đời sống phạm hạnh và ở với Chúng cùng tu với mình. Nếu người mình thương biết vậy thì người đó sẽ không khổ mà mình cũng sẽ không khổ, bởi vì tình thương chân thật rộng lớn và thâm sâu hơn là việc quan hệ giới tính. Trong một tình thương lớn, mình có thể hy sinh khía cạnh đó của tình yêu, và tình thương của mình trở nên cao cả hơn, thâm sâu hơn. Tình thương đó nuôi dưỡng mình, nuôi dưỡng người kia, nuôi dưỡng mọi người chung quanh và cuối cùng tình thương đó không còn biên giới nữa. Đó là tình thương của Bụt.

Nhà báo Hoàng Anh Sướng:
Đối với những người phàm trần như chúng tôi, để rời bỏ tình yêu riêng tư ấy thật khó. Và nhiều khi, để giữ trọn tình yêu ấy càng khó hơn. Tình yêu thường mang đến cho chúng tôi nhiều bầm dập, khổ đau, thậm chí là oán hờn, tuyệt vọng. Tại sao vậy thưa Thiền sư?

Thiền sư Thích Nhất Hạnh:
Trong đạo Phật, từ bi gắn liền với trí tuệ. Không hiểu, không thể thương yêu sâu sắc. Không hiểu, không thể thương yêu đích thực. Hiểu chính là nền tảng của tình thương yêu. Mỗi người đều có những nỗi niềm, những khổ đau, bức xúc riêng, nếu không hiểu, sẽ không thương mà giận hờn, trách móc. Không hiểu, tình thương của mình sẽ làm người khác ngột ngạt, khổ đau suốt đời. Nhân danh tình thương, người ta làm khổ nhau. Chuyện đó vẫn thường xảy ra.

Được hiểu và được thương vốn là một nhu cầu muôn đời của con người. Nhiều người thường cảm thấy không ai hiểu mình. Họ "đói" thương, "đói" hiểu. Họ thơ thẩn, lang thang trong cuộc đời tìm người hiểu mình, thương mình. Gặp được người hiểu mình, thương mình là may mắn lớn của cuộc đời. Tình yêu nảy nở, lớn lên từ đó. Vậy nên, có hiểu mới có thương là nguyên tắc chọn người yêu, chọn chồng vợ theo quan điểm Phật giáo. Dù người ta có đẹp, có giàu đến đâu nhưng không hiểu mình sẽ làm mình khổ suốt đời. Hôn nhân có thể mở ra những con đường hoa hồng, có thể mở ra cánh cửa tù ngục. Chọn vợ, chọn chồng là một sự mạo hiểm lớn. Hãy cẩn thận, nếu không muốn chọn án tù chung thân cho cuộc đời mình. Chọn người hiểu và thương mình, đó là nguyên tắc tìm người tri kỷ trong cuộc đời.

Nhà báo Hoàng Anh Sướng:
Lời Phật dạy quả là sâu sắc. Theo Đức Phật, tình yêu muốn bền vững cần hội tụ đủ 4 yếu tố: Từ, bi, hỉ, xả. Xin Thiền sư giảng giải thêm về điều này!

Thiền sư Thích Nhất Hạnh:
"Từ" là khả năng hiến tặng hạnh phúc cho người mình yêu. Yêu thương không phải là vấn đề hưởng thụ, yêu thương là hiến tặng. Tình thương mà không đem đến hạnh phúc cho người yêu không phải là tình thương đích thực. Yêu mà làm khổ nhau không phải tình yêu. Có những người yêu nhau, ngày nào cũng khổ, đó là tình yêu hệ lụy, chỉ mang tới sự khổ đau. Yêu thương ai đó thực sự, nghĩa là làm cho người ta hạnh phúc mỗi ngày.

"Bi" là khả năng người ta lấy cái khổ ra khỏi mình. Mình đã khổ, người ta làm cho thêm khổ, đó không thể là tình yêu đích thực. Còn gì cho nhau nếu chỉ có khổ đau tuyệt vọng. Người yêu mình phải là người biết sẻ chia, xoa dịu, làm vơi bớt nỗi khổ của mình trong cuộc đời. Như vậy, "từ bi" theo Phật dạy là khả năng đem lại hạnh phúc cho nhau. Yêu thương ai là phải làm cho người ta bớt khổ. Nếu không, chỉ là đam mê, say đắm nhất thời, không phải là tình yêu thương đích thực. "Từ bi" trong tình yêu không phải tự dưng mà có. Phải học, phải tu tập. Cần nhiều thời gian để quan sát, lắng nghe, thấu hiểu những nỗi khổ niềm đau của người yêu, để giúp người ta vượt qua, tháo gỡ, bớt khổ đau, thêm hạnh phúc.

"Hỉ" là niềm vui. Tình yêu chân thật phải làm cho cả hai đều vui. Dấu ấn của tình yêu đích thực là niềm vui. Càng yêu, càng vui, niềm vui lớn, cả gia đình cùng hạnh phúc. Cuộc nhân duyên như thế là thành công.

"Xả" là không phân biệt, kì thị trong tình yêu. Mình yêu ai, hạnh phúc, khó khăn, khổ đau của người ta là của mình. Không thể nói đây là vấn đề của em, em ráng chịu. Khi yêu, hai người không phải là hai thực thể riêng biệt nữa, hạnh phúc khổ đau không còn là vấn đề cá nhân. Tất cả những gì mình phải làm là coi đó là vấn đề của hai người, chuyển hóa nỗi khổ đau, làm lớn thêm hạnh phúc.

Nhà báo Hoàng Anh Sướng:

Trong tình yêu, nhu cầu nhục dục là điều không thể thiếu. Có điều, lớp trẻ hiện nay rất coi nhẹ chuyện giữ gìn trinh tiết, yêu là hiến dâng, là quan hệ xác thịt, thậm chí không yêu cũng quan hệ tình dục. Ngài bình luận gì về chuyện này?

Thiền sư Thích Nhất Hạnh:

Tình dục mà không có tình yêu gọi là "tình dục rỗng" (empty sex). Tình dục rỗng rất phổ biến trong xã hội chúng ta và là nguyên nhân gây nên nhiều đau khổ cho giới trẻ, tàn phá thân tâm chúng. Và thảm kịch sẽ còn lan rộng cho đến về sau dưới dạng trầm cảm, rối loạn tâm thần, tự tử... Nhiều người trẻ không thấy được sự liên hệ mật thiết giữa tình dục rỗng với những rối loạn về tâm sinh lý trong họ. Những gì xảy ra cho thân thể đều ảnh hưởng đến tâm lý và ngược lại. Tâm dựa vào thân để biểu hiện và thân phải dựa vào tâm để tồn tại, để thực sự là một thân thể sống. Trong truyền thống văn hóa Việt ta, thân với tâm là "nhất như", tức là nếu ta không tôn kính thân thể người yêu thì cũng không tôn kính được tâm hồn người ấy. Yêu nhau là giữ gìn cho nhau, kính trọng nhau. Khi sự rẻ rúng xem thường xảy ra thì tình yêu đích thực không còn. Thân thể ta cũng như tâm hồn ta. Có những nỗi niềm sâu kín trong tâm hồn, chúng ta chỉ chia sẻ với người tri kỉ. Thân thể ta cũng vậy, có những vùng thiêng liêng và riêng tư, ta không muốn ai chạm tới, ngoài người ta yêu, ta tin, ta muốn sống trọn đời, trọn kiếp.

Trong tình yêu lớn và cao quý, bất cứ lời nói và cử chỉ nào cũng phải biểu lộ sự tương kính. Người con trai phải tôn trọng người con gái mình yêu, cả thân thể lẫn tâm hồn. Người con gái biết giữ gìn, cũng là biết làm người yêu thêm tương kính, nuôi dưỡng hạnh phúc lâu dài về sau. Hãy hiểu, thương và tương kính người yêu của mình, cũng chính là đem hạnh phúc đến cho người và cho mình vậy. Tôn kính là bản chất của tình yêu thương.

Nếu sử dụng phương pháp quán chiếu của đạo Phật, mình có thể phát khởi tâm từ bi ngay cả với người đã hãm hại mình

"… Khi thấy được hình ảnh đó, tôi bắt đầu thấy tội nghiệp người hải tặc kia. Giả sử nếu tôi sinh ra trong cái tình trạng đó, có thể hai mươi năm sau, bây giờ tôi đã trở thành hải tặc. Quán chiếu như vậy thì tự nhiên trong trái tim tôi ứa ra một giọt nước từ bi và đêm đó tôi tha thứ được cho người hải tặc…"

Nhà báo Hoàng Anh Sướng:

Chính vì sự dễ dãi, cẩu thả trong quan hệ tình dục mà tình trạng nạo phá thai ở Việt Nam hiện nay đang ở mức báo động, đặc biệt là tỉ lệ nạo phá thai ở tuổi vị thành niên. Mỗi năm tại Việt Nam, trung bình có khoảng 300.000 ca nạo phá thai, cao nhất khu vực Đông Nam Á và xếp thứ 5 trên thế giới. Song điều đáng sợ là tỉ lệ nạo phá thai lại rơi chủ yếu vào lứa tuổi vị thành niên. Thiền sư có suy nghĩ gì về thực trạng đáng báo động này? Là một thầy tu, Thiền sư ủng hộ hay không ủng hộ chuyện nạo phá thai?

Thiền sư Thích Nhất Hạnh:

Trước tiên, tôi muốn nói rằng, nếu chúng ta không kiểm soát sinh nở, chúng ta sẽ không giải quyết được rất nhiều vấn đề, trong đó có vấn đề xóa đói giảm nghèo, vấn đề chiến tranh. Hạn chế và kiểm soát sinh nở là chuyện chúng ta phải làm thôi. Vấn đề đặt ra không phải là nên hay không nên phá thai. Nếu để cho tình trạng xảy ra rồi mới đặt câu hỏi thì có thể khó khăn gấp trăm lần, gấp ngàn lần. Phương pháp thực tập phòng ngừa quan trọng hơn phương pháp thực tập đối trị. Chánh niệm có nghĩa là mình biết những gì đang xảy ra, khi mình làm gì cũng phải đo lường hậu quả. Ví dụ mình sắp ký một ngân phiếu không tiền bảo chứng thì mình biết rằng hành động đó sẽ đưa tới khó khăn nào? Ý thức có thể giúp mình biết được giá trị và hậu quả của hành động, đó là chánh niệm. Khi hành xử không có chánh niệm, chúng ta có thể gây ra khó khăn cho chính mình trong tương lai. Trong giây phút hiện tại mình phải chịu trách nhiệm một trăm phần trăm cho nên để tránh phá thai, mình đừng để cho cái thai thành hình. Có biết bao nhiêu phương pháp ngăn ngừa cho tình trạng đó không xảy ra. Nếu chúng ta có chánh niệm, nếu chúng ta biết xử lý giây phút hiện tại một cách sáng suốt thì làm gì có chuyện phải phá thai. Vì vậy không cần đặt ra vấn đề phá thai hay không phá thai. Trên thế giới, người ta đã vận động cho phụ nữ có quyền phá thai và phá thai được coi như là một trong những quyền của con người. Một ông linh mục rất nổi tiếng, cha Berigan, cũng đi vận động bằng cách xin chữ ký để người phụ nữ có được quyền đó - giữ thai hay phá thai là quyền của người phụ nữ. Bản kiến nghị đó đã gởi tới cho tôi nhưng tôi không ký. Không phải tại vì tôi không yểm trợ, không thấy được nỗi khổ, niềm đau của người phụ nữ nhưng tôi thấy rằng đó là tìm cách giải quyết trên ngọn mà không giải quyết dưới gốc. Giải quyết ở dưới gốc là phương pháp thực tập chánh niệm, mình làm thế nào để cho người đàn ông có trách nhiệm và người đàn bà cũng có trách nhiệm. Nếu đàn ông và đàn bà đều có thực tập chánh niệm rồi thì chuyện có thai mà mình không muốn sẽ không xảy ra. Vì vậy vấn đề là tu tập chứ không phải đòi hỏi một quyền. Về vấn đề phá thai thì tôi có cái tuệ giác đó.

Nhà báo Hoàng Anh Sướng:

Tôi được biết, trong số những phụ nữ đi nạo phá thai ấy, nhiều bào thai là hậu quả của những vụ hãm hiếp. Ngay hôm qua, tại tu viện Lộc Uyển của ngài ở tiểu bang California, tôi đã nghe những câu chuyện buốt lòng của nhiều phụ nữ Việt Nam bị hải tặc hãm hiếp trên thuyền khi họ vượt biển. Đau đớn vô cùng. Nỗi đau dằng dai,

giày vò suốt mấy chục năm ròng. Thiền sư có cách nào để
hóa giải nỗi đau ấy cho họ?

Thiền sư Thích Nhất Hạnh:
Về những thuyền nhân bị hải tặc hãm hiếp trên biển cả, tôi cũng đã nghe nhiều rồi. Vấn đề của họ thực sự là vấn đề rất lớn. Hình ảnh ghê rợn của tên hải tặc hãm hiếp nó in sâu vào lòng, dầu không phá thai. Đến khi sinh, đứa con vẫn mang hình ảnh của người cha mà mình đã từng coi như kẻ thù. Giữa mình với đứa con, hạnh phúc không được hoàn toàn. Một số những người đó đã được các vị bác sĩ tâm lý trị liệu, các vị mục sư hay các vị tu sĩ cho phép để phá thai nhưng chúng tôi nghĩ rằng đó không phải là cách duy nhất. Nếu sử dụng phương pháp quán chiếu của đạo Phật thì mình có thể đi xa hơn, mình có thể phát khởi ra tâm từ bi ngay đối với người hải tặc đã hãm hiếp mình.

Nhà báo Hoàng Anh Sướng:
Có nghĩa là yêu thương ngay kẻ đã hãm hiếp mình,
gây cho mình bao đau đớn, tủi nhục?

Thiền sư Thích Nhất Hạnh:
Tôi đã từng quán niệm như vậy. Vào một buổi sáng, tôi nhận được thư từ Songkhla (Thái Lan) báo tin: Một em bé mười hai tuổi bị làm nhục phải nhảy xuống biển sâu tự vẫn. Cha đứa bé tới can thiệp cũng bị hải tặc liệng

xuống biển chết luôn. Tôi nghe tim mình đau nhức. Ngày hôm đó, tôi đi thiền hành rất lâu ở trong rừng. Buổi tối, tôi ngồi thiền, tôi quán chiếu, tôi thấy thế này:

Nếu hai mươi năm trước, tôi được sinh ra trên bờ biển Thái Lan trong một gia đình ngư dân rất nghèo đói; Cha tôi không có học thức, mẹ tôi chưa bao giờ biết cách nuôi con; Suốt cuộc đời cha tôi nghèo khổ, đói khát, bị áp bức, mẹ tôi cũng không được giáo dục gì hết thì lớn lên, tôi sẽ là một đứa bé hoang. Một ngày nào đó, một đứa bạn chạy tới, nó nói: "Bọn thuyền nhân hay đem vàng theo lắm, mình chỉ cần làm một chuyến thôi là có thể thoát ra khỏi thân phận nghèo đói, áp bức trong bao nhiêu thế hệ vừa qua." Tôi là một người chưa từng được đi học, chưa từng được giáo dục về lòng từ bi nên tôi nghe theo lời người bạn đó. Khi tôi ra biển làm hải tặc, tôi thấy những người bạn hải tặc khác hãm hiếp phụ nữ, con nít. Ở đây không có cảnh sát và tôi chưa biết tình dục là gì, nhân cơ hội đó tôi mới hãm hiếp một đứa con nít. Nếu anh có súng ở trên tay, anh bắn thì tôi chết nhưng cả cuộc đời chưa có ai giúp tôi, chưa có ai giáo dục tôi. Những nhà kinh tế, những nhà văn hóa, những nhà xã hội, những nhà chính trị chưa ai giúp tôi, chưa ai giúp cha tôi, mẹ tôi. Tôi, một đứa con lớn lên như một cây hoang trong rừng.

Khi thấy được những hình ảnh đó, tôi bắt đầu thấy tội nghiệp người hải tặc kia. Giả sử tôi sinh ra trong cái tình trạng đó, có thể hai mươi năm sau tôi đã trở thành hải tặc. Quán chiếu như vậy thì tự nhiên trong trái tim tôi ứa ra một giọt nước từ bi và đêm đó tôi tha thứ được cho người hải tặc. Nếu mình là người thiền quán giỏi, mình quán chiếu người hải tặc đã từng hãm hiếp mình, mình thấy được rằng người đó cũng là nạn nhân của nghèo đói, của bóc lột, của thiếu giáo dục, tự nhiên trái tim mình cũng sẽ ứa ra giọt nước từ bi, mình có thể sẽ tha thứ được cho người hải tặc đã hãm hiếp mình, mình chấp nhận được người đó. Mình phát nguyện sau này nếu mình gặp những đứa bé, những người con trai ở trong tình trạng đó mình sẽ tìm cách giúp để cho người đó không trở thành hải tặc trong tương lai. Nếu ngày hôm nay không ai làm gì để giúp những đứa bé sinh ra trong miền duyên hải Thái Lan, hai mươi năm sau, hàng trăm đứa sẽ trở thành hải tặc. Khi có cái thấy, hiểu và thương đó, tự nhiên hận thù, đau khổ sẽ tan biến như tuyết dưới ánh sáng mặt trời. Mình có thể chấp nhận được người hải tặc đó, mình có khả năng giữ lại cái thai của mình, mình có thể thương yêu với tất cả tấm lòng, thương yêu nó và thương yêu cha nó. Cha nó là một người con trai bất hạnh chưa bao giờ được hiểu, chưa bao giờ được thương, chưa bao giờ được có một cơ hội trong xã hội này. Điều đó tùy thuộc vào trình độ tu tập và quán chiếu của mình chứ không phải chỉ có một đường lối giải quyết thôi.

Nhà báo Hoàng Anh Sướng:
Chúng ta đang bàn về vấn đề lạm dụng tình dục.
Hiện nay ở Việt Nam, còn một thực trạng kinh hoàng hơn

nữa đó là chuyện nhiều trẻ em, thậm chí chỉ 4 - 5 tuổi, bị người thân, hàng xóm láng giềng, thậm chí là người ruột thịt hãm hiếp, lạm dụng tình dục. Với tuệ giác của đạo Phật, Thiền sư có giải pháp nào để hạn chế thực trạng đau lòng này không?

Thiền sư Thích Nhất Hạnh:
Ở Việt Nam, cha mẹ thường tự hào giới thiệu con mình với những người khách đến chơi và khách thường hỏi: "Con có thương ba mẹ con không?" Đứa con sẽ trả lời: "Dạ có, con thương ba mẹ con lắm." Người khách sẽ hỏi tiếp: "Thương ba mẹ, con để ở đâu?". "Dạ, thương ba mẹ, con để trên đầu." Không phải "trong tim" mà là "trên đầu". Khi một vị tu sĩ đắp y vàng cho một buổi lễ, người đó sẽ nâng chiếc y trong tay một cách trân kính, tương tự như khi cầm một quyển kinh. Nếu bạn đến gần để xá chào họ mà họ không tìm thấy một nơi nào cao ráo sạch sẽ để đặt chiếc y xuống thì họ sẽ đặt nó lên đầu, bởi vì đó là một nơi cao quý. Giống như cái bàn thờ vậy. Vì vậy, trong phong tục tập quán của người Việt, bạn không được sờ lên đầu người khác nếu bạn không biết rõ về người đó. Đầu là một trong những nơi linh thiêng của thân thể, là nơi để thờ tổ tiên và thờ Bụt.

Có những bộ phận khác của thân thể cũng linh thiêng mà mọi người không được chạm tới. Cũng giống như trong Thành Nội có Tử Cấm Thành là nơi mà gia đình hoàng tộc đang ở, bạn không được đến những nơi đó. Nếu xâm phạm, bạn sẽ bị bắt và bị chém đầu. Tương tự như vậy, trên cơ thể con người, có những vùng mà bạn không được phép chạm đến. Nếu bạn không tôn trọng, chạm đến phần thân thể đó thì có nghĩa là bạn đang xâm nhập vào Tử Cấm Thành. Khi một đứa trẻ bị lạm dụng tình dục, nó sẽ đau khổ cùng cực. Người đó đã xâm phạm đến Tử Cấm Thành của nó và nó không đủ khả năng để tự vệ. Có những đứa trẻ đã bị lạm dụng ở tuổi lên tám, lên chín và chúng cực kỳ đau khổ. Chúng trách móc cha mẹ đã không bảo vệ chúng và những liên hệ của chúng với cha mẹ trở nên rất khó khăn. Kế đó là những mối liên hệ với bạn bè và người yêu trong tương lai của chúng cũng sẽ rất khó khăn. Những vết thương sẽ cứ còn đó hoài.

Tình trạng lạm dụng tình dục trẻ em đang tràn ngập khắp nơi. Ở Mỹ, có 5 đến 15% bé trai và 15 đến 35% bé gái bị lạm dụng tình dục. Như vậy là quá nhiều. Khi một đứa trẻ bị lạm dụng như vậy, nó sẽ đau khổ suốt đời, bởi vì nó thấy thân thể nó đã không được tôn trọng.

Trong gia đình và trường học, chúng ta cần dạy cho những đứa trẻ biết kính trọng chính mình, biết kính trọng thân thể mình và kính trọng thân thể của người khác. Nếu là một nhà lãnh đạo tâm linh, là một chính trị gia, là phụ huynh, là giáo viên hoặc nhà giáo dục, xin các bạn hãy quan tâm về điều này. Chúng ta có thể học những lời Bụt dạy để tổ chức đời sống của mình trong gia đình, trường học và xã hội như thế nào mà ta được bảo hộ và con em chúng ta cũng luôn luôn được bảo hộ.

Nhiều bạn trẻ bây giờ chỉ biết tình dục mà không biết tình yêu

"... Quan hệ giới tính là sự kết hợp giữa thân thể và tâm hồn. Đây là một cuộc gặp gỡ hết sức quan trọng, không thể hành động một cách tùy tiện, bê bối được. Theo tuệ giác của đạo Bụt, thân và tâm không tách biệt. Nếu thân bị ô nhiễm thì tâm cũng trở nên chán chường, ô nhiễm và thương tích. Nếu thân được nguyên vẹn thì tâm cũng được nguyên vẹn. Nếu không có tình yêu sâu sắc với một người thì mình không bao giờ phó thác cái thân này cho người ấy. Do vậy, tình yêu trở thành rất thiêng liêng. Nó nuôi dưỡng được cả hai phía yêu nhau. Nếu coi xác thân người kia là dụng cụ phục vụ cho sự khoái lạc của mình thì tình yêu bị đánh mất đi yếu tố linh thiêng..."

Nhà báo Hoàng Anh Sướng:

Trong những khóa tu Thiền sư vừa tổ chức ở Mỹ, tôi thấy có rất nhiều thiền sinh, vốn là nạn nhân của tệ cưỡng bức tình dục từ khi còn nhỏ tuổi, đã xin tham vấn riêng Thiền sư. Tôi biết, nỗi đau ấy quá lớn, họ không dễ tâm sự trước đại chúng, càng không dễ dàng chuyển hóa, trị liệu. Thiền sư đã nói gì với họ?

Thiền sư Thích Nhất Hạnh:

Những người bị quấy rối tình dục khi còn nhỏ vẫn tiếp tục đau khổ rất nhiều. Những gì họ nghĩ, nói và làm đều mang dấu tích của vết thương đó. Họ muốn chuyển hóa mình và làm lành vết thương. Cách hay nhất để làm việc này chính là hành trì giới thứ ba - một trong năm giới luật căn bản của người tu hành, xuất gia. *(Giới thứ nhất: Bảo vệ sự sống. Giới thứ hai: Chia thời gian và tài vật cho người khác, không ăn cắp, ăn trộm. Giới thứ ba: Không lạm dụng tình dục. Giới thứ tư: Ái ngữ và lắng nghe. Giới thứ năm: Tiêu thụ trong chánh niệm (chỉ tiêu thụ những sản phẩm mang lại sự an lạc cho tâm mình, không rượu chè, ma túy.)* Từ kinh nghiệm của chính mình, họ có thể nói: "Là nạn nhân của tệ lạm dụng tình dục, tôi nguyện bảo vệ tất cả mọi trẻ em và người lớn khỏi tệ nạn ấy."

Khổ đau của ta biến thành một loại năng lượng tích cực, giúp ta trở thành một vị Bồ tát. Ta nguyện bảo vệ mọi trẻ em cũng như mọi người. Và ta cũng nguyện giúp những người đã lợi dụng tình dục trẻ em, vì họ chính là những người bệnh, cần sự giúp đỡ. Họ có thể là ông, bà, cha, mẹ, cô, dì, chú, bác. Họ cần phải được theo dõi, giúp đỡ, và, nếu có thể, trị lành. Những kẻ làm ta đau khổ trở thành đối tượng của tình thương và sự bảo hộ của chính ta. Khi ta quyết tâm giữ giới thứ ba này, năng lượng phát sinh trong tâm ta giúp ta trở thành một vị Bồ tát, và sự chuyển hóa này có thể chữa lành cho ta thậm chí trước khi ta bắt đầu thực tập.

Nhà báo Hoàng Anh Sướng:
Trong tình yêu đích thực có cả tình nhục dục. Song thú vui nhục dục, sự ham muốn tình dục đơn thuần lại không phải là tình yêu. Thiền sư có nghĩ như vậy không?

Thiền sư Thích Nhất Hạnh:
Quan hệ giới tính là sự kết hợp giữa thân thể và tâm hồn. Đây là một cuộc gặp gỡ hết sức quan trọng, không thể hành động một cách tùy tiện, bê bối được. Theo tuệ giác của đạo Bụt, thân và tâm không tách biệt. Nếu thân bị ô nhiễm thì tâm cũng trở nên chán chường, ô nhiễm và thương tích. Nếu thân được nguyên vẹn thì tâm cũng được nguyên vẹn. Trong giới tiếp hiện, có đề cập đến thân như đền thờ tâm linh. Thân cũng linh thiêng như tâm vậy. Nếu thân không còn linh thiêng thì tâm cũng không còn linh thiêng nữa. Mình cần gìn giữ thân như gìn giữ tâm và ngược lại. Có lẽ trong quá khứ, quan niệm về sự gìn giữ thân và tâm giữa Tây phương và Đông phương không khác biệt là bao nhiêu. Thông thường, mình chỉ chia sẻ những gì sâu kín nhất trong tâm mình với người mà mình tin tưởng, với người tri kỷ. Đối với thân thể của

mình cũng vậy. Nếu không có tình yêu sâu sắc với một người thì mình không bao giờ phó thác cái thân này cho người ấy. Do vậy, tình yêu trở thành rất thiêng liêng. Nó nuôi dưỡng được cả hai phía yêu nhau. Nếu coi xác thân người kia là dụng cụ phục vụ cho sự khoái lạc của mình thì tình yêu bị đánh mất đi yếu tố linh thiêng.

Người Đông phương rất coi trọng việc giữ gìn thân thể của mình. Khi bị lạm dụng trong chuyện tình dục, họ có cảm tưởng như bị đánh mất đi những gì rất quý giá của đời mình. Đối với những em bé gái, bé trai khi bị lạm dụng, các em đau khổ rất nhiều, và niềm đau ấy có thể đeo đuổi suốt cuộc đời của các em. Cơ thể của mình có những vùng linh thiêng mà không ai được quyền chạm tới. Sự toàn vẹn của cơ thể có liên hệ tới sự toàn vẹn của tâm hồn. Cái thấy "thân tâm nhất như" rất quan trọng. Thân nằm trong tâm và tâm nằm trong thân. Nếu không kính trọng thân thể thì không thể nào kính trọng được tâm hồn. Thân thể không phải là một món đồ chơi của chính mình và người khác. Muốn xây dựng tình yêu chân thật thì phải thực tập giới thứ ba. Đi tìm thú vui trong tình dục mà phá đổ những yếu tố của tình thương đích thực, là phạm giới. Phải thấy rằng, sự an ninh và toàn vẹn của người kia là sự an ninh và toàn vẹn của chính mình. Phải thấy rằng, cái thân và cái tâm của người kia là nơi linh thiêng, và cần phải tôn trọng thì lúc đó tình thương chân thực mới thật sự có mặt. Sự toàn vẹn của cơ thể liên hệ tới sự toàn vẹn của tâm hồn. Với nền văn hóa xưa thì mình chỉ giao phó thân tâm cho người kia khi người ấy trở thành bạn tri kỷ của đời mình.

Tuy hai người đã cưới nhau, nhưng vẫn phải luôn luôn kính trọng lẫn nhau, không được có những cử chỉ, hành động thô lỗ với người bạn hôn phối. Phải thấy, thân thể của mình cũng linh thiêng như của người kia, và mình vẫn tiếp tục khám phá ra những cái hay cái đẹp ở nơi người kia thì lúc đó tình yêu mới kéo dài được. Tình yêu là một quá trình của sự khám phá, đi tìm khoái lạc trong tình dục sẽ chỉ làm phá vỡ hạnh phúc mà thôi. Tuổi trẻ bây giờ không được hướng dẫn về tình yêu. Nhà trường chỉ dạy về sinh học thôi, nên các bạn trẻ chỉ biết tình dục mà chưa kịp biết tình yêu. Các nhà giáo dục cần xét lại điều này. Nếu chỉ dạy cho học trò về sinh học mà không dạy về tình thương thì e rằng, cái đẹp, cái linh thiêng nơi họ sẽ bị đánh mất.

Nhà báo Hoàng Anh Sướng:

Điều đáng báo động là xã hội hiện đại bây giờ đã tạo cho giới trẻ một lối sống mà thú vui nhục dục trở thành quan trọng nhất. Tại sao vậy, thưa Thiền sư?

Thiền sư Thích Nhất Hạnh:

Tình dục trong thời đại ngày nay bị dùng như một phương tiện để bán các mặt hàng. Nhiều quốc gia còn có cả ngành kinh doanh tình dục. Và để bán được những sản phẩm của mình, các công ty kinh doanh thường chế ra những mẫu quảng cáo làm tưới tẩm những hạt giống thèm khát trong con người. Họ muốn ta phải tiêu thụ, vì vậy trong ta càng ngày càng tăng trưởng thêm sự thèm muốn về thú vui nhục dục. Và chính những thú vui này sẽ hủy hoại chúng ta. Ngày xưa, việc cưới vợ lấy chồng là vấn đề của đại gia đình. Nhưng bây giờ, người trẻ nghĩ đó là vấn đề của riêng họ. Đứng về phương diện tâm lý, gia đình nhỏ ngày nay không còn được vững chãi như ngày xưa nữa; nguy cơ tan vỡ của nó rất lớn. Nếu sống trong mạng lưới đại gia đình ngày xưa, mình sẽ được bảo vệ nhiều hơn. Bởi nếu mình có những quyết định bồng bột, sai đường thì sẽ được những thành viên trong gia đình, kể cả những em nhỏ của mình giúp định hướng lại. Bây giờ thì ngược lại, mình muốn làm gì thì làm, muốn đi đâu thì đi, mình không muốn nghe theo ai hết.

Trong thập niên 60 đã xảy ra một cuộc cách mạng về tình dục với sự xuất hiện của thuốc ngừa thai. Nó đã làm thay đổi xã hội rất nhiều. Phong trào này bắt đầu từ các trường đại học tại Mỹ, tại Pháp. Những cô thiếu nữ cũng đòi có tự do về tình dục. Họ nghĩ rằng, đàn ông có tự do về tình dục, tại sao họ lại không được? Trước đây, người phụ nữ phải gánh chịu phần lớn hậu quả của chuyện phóng túng tình dục, còn đàn ông, sau khi xong chuyện thì phủi tay trốn chạy. Nhưng sự xuất hiện của thuốc ngừa thai đã làm đảo lộn quan điểm của rất nhiều người về tình dục. Ban đầu, bác sĩ chỉ áp dụng thuốc ngừa thai đối với những cặp vợ chồng không muốn có con. Nhưng sau đó thì nó được sử dụng tràn lan, không còn mục đích rõ ràng. Cuộc cách mạng tình dục đã tạo phản ứng rất mạnh từ giới bảo thủ. Nhưng đối với những phụ nữ trẻ thì họ thấy đây là cơ hội cho họ được giải phóng. Trong truyền thống, nếu người phụ nữ không có chồng mà có mang thì phải chịu sự trừng phạt rất nặng, có thể bị ném đá cho tới chết, có thể bị bỏ bè trôi sông. Trong khi đó, người đàn ông không bị truy cứu hoặc có thể trốn chạy. Đây là một sự bất công lớn. Năm 1962, Mỹ có 1.200.000 người dùng thuốc ngừa thai. Nhà chức trách ngăn cản phong trào này bằng cách: bác sĩ sẽ không cấp thuốc ngừa thai cho những phụ nữ không chồng. Nhưng làm vậy cũng không ngăn cản nổi phong trào này. Nhiều gia đình tan nát, vợ chồng thù hận nhau vì chuyện ngoại tình. Những đứa con trong những gia đình ấy rất khổ đau.

Liên hệ tình dục có thể rất đẹp nếu trong đó có niệm, định, tuệ, có tình yêu thương và sự hiểu biết lẫn nhau. Ngược lại, nó sẽ gây ra rất nhiều tai hại. Trong kinh kể rằng, khi Hoàng hậu Maha Maya mang thai Bụt, bà nằm mơ thấy một con voi trắng, mang trên cái vòi của nó một đóa sen. Con voi dùng đóa sen chạm vào người bà và từ từ đi vào bụng bà một cách rất nhẹ nhàng. Sau đó bà mang thai Siddhartha. Đó là cách người ta miêu tả về sự liên hệ tình dục, trong cung điện, trước khi Siddhartha được tượng hình: rất nhẹ nhàng và rất đẹp. Nếu không có sự đồng cảm, không có sự hiểu biết, không chia sẻ được về tâm tư tình cảm thì không nên có quan hệ tình dục. Ngược lại, khi những yếu tố này có mặt thì quan hệ thân xác và tình dục có thể trở nên thánh thiện.

Chúng ta đang sử dụng chữ "yêu" một cách bừa bãi

Năm Điều Ước Nguyện:

1. *Chúng con nguyện sống đời sống hằng ngày sao cho xứng đáng với đạo đức của tổ tiên và nòi giống chúng con.*

2. *Chúng con nguyện sống đời sống hằng ngày sao cho xứng đáng với kỳ vọng mà tổ tiên và giống nòi đặt nơi mỗi chúng con.*

3. *Chúng con nguyện nương vào nhau, xây dựng cho nhau bằng tình thương, sự tin cậy, sự hiểu biết và lòng kiên nhẫn.*

4. *Chúng con nguyện thường tự nhắc nhở rằng sự trách móc, sự hờn giận, và lý luận chỉ làm hao tổn hòa khí và không giải quyết được gì. Chúng con biết chỉ có sự hiểu biết và lòng tin cậy mới bồi đắp được hạnh phúc và sự an lạc.*

5. *Chúng con nguyện trong đời sống hằng ngày dồn hết tâm lực và phương tiện để xây dựng cho thế hệ con cháu của chúng con trong tương lai.*

Nhà báo Hoàng Anh Sướng:

Trong xã hội ngày nay, năng lượng tình dục của giới trẻ quá mạnh. Những hình ảnh, âm thanh độc hại trong sách báo, phim ảnh tràn lan. Thật khó để cho giới trẻ có những phương pháp thích ứng chăm sóc năng lượng tình dục của mình. Tôi thấy, Thiền sư xuất gia khi tròn 16 tuổi. Các đệ tử của ngài, hầu hết, cũng còn quá trẻ. Nhiều quý sư thầy, sư cô tuổi đời mới mười tám, đôi mươi. Tôi nghĩ, năng lượng tình dục trong họ còn rất mạnh. Vậy Thiền sư và các đệ tử của ngài đã chăm sóc năng lượng đặc biệt ấy như thế nào?

Thiền sư Thích Nhất Hạnh:

Người nào cũng có năng lượng tình dục và chính Đức Thế tôn cũng có năng lượng ấy bởi ngài thành đạo hồi 35 tuổi. Nhưng ngài biết cách chăm sóc năng lượng đó nên nó không gây hại đến ngài. Ngài đã biết hướng toàn bộ năng lượng của ngài về phía độ đời, thương người.

Chuyện ăn uống có ảnh hưởng rất lớn đến năng lượng tình dục. Người xuất gia không còn làm chuyện dâm dục, nhưng làm thế nào để quản lý năng lượng ấy? Bụt có dạy, người xuất gia không ăn mặn, không uống rượu. Đây là một phương pháp rất hay để hỗ trợ cho việc quản lý năng lượng này. Bên đạo Bụt nguyên thủy, mỗi ngày, các thầy, các sư cô chỉ ăn một bữa vào buổi trưa. Trước khi ăn, mình luôn nhớ, ăn như thế nào cho có chừng mực và điều độ. Mỗi thầy, mỗi sư cô đều có chiếc bình bát để làm ứng lượng khí. Khi lấy thức ăn phải chừng mực, phải nhận diện được tâm hành tham ăn của mình. Trong đạo Bụt còn có phương pháp đệ nhị thân, tức là không được đi ra ngoài một mình, không chuyện trò với người khác phái một mình, mà phải luôn có một người cùng giới bên cạnh để bảo hộ. Đây cũng là một phương pháp hữu hiệu để quản lý năng lượng tình dục khi đi ra ngoài. Ngoài ra, thực tập sám pháp và thực tập khí công cũng là những cách chăm sóc năng lượng tình dục. Không phải chỉ người xuất gia mới học hỏi phương pháp này mà người tại gia cũng phải học. Bởi những người tại gia trong cuộc sống hằng ngày tiếp xúc quá nhiều với những yếu tố kích thích như phim ảnh, sách báo, âm thanh... Do vậy, người tại gia thực tập vấn đề chăm sóc năng lượng tình dục khó hơn nhiều so với người xuất gia. Giới tà dâm đôi khi lại khó thực hiện hơn giới bất dâm. Bất dâm là hoàn toàn không có dâm dục, còn giới tà dâm là chỉ có liên hệ với vợ hay chồng của mình thôi. Người cư sĩ cũng phải ăn uống như thế nào để không chế tác quá nhiều năng lượng tình dục... Đặc biệt, phải tích cực tu tập để chế tác thêm các chất liệu từ, bi, hỷ, xả - bốn yếu tố căn bản của tình yêu chân thật có công năng làm lớn lên hạnh phúc của mình và của người khác. Xã hội ngày nay, tình yêu thì ít mà tình dục thì nhiều. Do vậy mà khổ đau trong gia đình, xã hội rất lớn. Hành động tà dâm đã gây tàn hoại cho không biết bao nhiêu cuộc đời, làm đổ vỡ không biết bao nhiêu gia đình. Mỗi người cần phải tập chế tác tình yêu chân thật để làm giảm thiểu năng lượng tình dục nơi mình và người kia.

Nhà báo Hoàng Anh Sướng:
Chúng ta vừa nói đến sự dễ dãi của lớp trẻ ngày nay trong quan hệ tình dục, điều đó cũng đồng nghĩa với việc họ dễ dãi trong tình yêu. "Tình yêu đến em không mong đợi gì. Tình yêu đi em không hề nuối tiếc." Thiền sư nghĩ gì về triết lý yêu ấy của giới trẻ?

Thiền sư Thích Nhất Hạnh:
Chúng ta phải khôi phục lại ý nghĩa của chữ "yêu". Chúng ta đã sử dụng từ này một cách bừa bãi. Khi ta nói: "Tôi yêu (thích) cà rem", ta không phải nói về tình yêu. Ta đang nói về sự thèm ăn của ta, thèm món cà rem. Ta không nên nói phóng đại và dùng sai từ như thế. Làm như vậy, ta khiến cho các từ ngữ như "yêu" bị bệnh. Chúng ta phải nỗ lực để chữa lành cho ngôn ngữ của chúng ta bằng cách thận trọng trong khi dùng từ. Từ "yêu" là một trong những từ rất đẹp. Ta phải khôi phục lại ý nghĩa của nó. Nếu chữ "yêu" được hiểu theo nghĩa sâu sắc nhất của nó, tại sao chúng ta phải nói đến "sự cam kết lâu dài"? Nếu tình thương có thật, ta không cần phải có cam kết dài hay ngắn, hay thậm chí đám cưới.

Nhà báo Hoàng Anh Sướng:

Tình thương có thật, đích thực như ngài vừa nói, cần những yếu tố gì, thưa Thiền sư?

Thiền sư Thích Nhất Hạnh:

Tình thương đích thực phải có ý thức trách nhiệm, chấp nhận người kia như là chính mình với những điểm mạnh và yếu kém. Nếu ta chỉ thích những gì tốt đẹp nhất nơi người đó thì đó không phải là tình thương. Ta phải chấp nhận những yếu kém của người kia và mang sự kiên nhẫn, hiểu biết, năng lượng của mình để giúp họ chuyển hoá. Tình thương phải là Từ, khả năng mang lại niềm vui và hạnh phúc, và Bi, khả năng chuyển hóa nỗi khổ niềm đau. Tình thương theo cách này chỉ mang lại sự tốt đẹp. Nó không thể được diễn tả là tiêu cực hay hủy hoại. Tình thương như vậy an toàn, và bảo đảm được tất cả.

Nhà báo Hoàng Anh Sướng:

Ta có nên thay đổi "cam kết lâu dài" bằng "cam kết ngắn hạn" không? "Cam kết ngắn hạn" có nghĩa là ta có thể sống với nhau vài bữa rồi sau đó kết thúc liên hệ như giới trẻ đang làm như hiện nay?

Thiền sư Thích Nhất Hạnh:

Đó không phải là tình thương. Nếu ta có một liên hệ như vậy, ta không thể nói liên hệ đó đến từ tình thương và sự quan tâm chăm sóc. "Cam kết lâu dài" giúp người ta hiểu được ý nghĩa của chữ "thương yêu". Trong một tình thương đích thực, cam kết chỉ có thể là cam kết lâu dài. "Tôi muốn thương em. Tôi muốn giúp em. Tôi muốn chăm sóc cho em. Tôi muốn phấn đấu cho hạnh phúc. Nhưng chỉ trong vài hôm thôi". Có hợp lý chút nào không? Ta sợ phải cam kết với Giới, với lứa đôi, và với mọi thứ. Ta muốn có tự do. Nhưng hãy nhớ rằng, ta phải cam kết thương yêu con mình một cách sâu sắc, giúp đỡ nó đi qua hành trình cuộc đời cho đến khi nào ta không còn sống nữa. Ta không thể nói: "Ba không thương con nữa." Khi ta có một người bạn tốt, ta cũng làm một cam kết lâu dài. Ta cần người ấy. Huống hồ là với người muốn cùng ta chia sẻ cuộc đời, tâm hồn và thân thể. "Cam kết lâu dài" không thể diễn tả được chiều sâu của tình yêu, nhưng ta phải mượn từ để nói cho người ta hiểu.

Nhà báo Hoàng Anh Sướng:
Nhưng tôi nghĩ, sự cam kết lâu dài giữa hai người chỉ là điểm khởi đầu. Chúng ta còn cần có sự nâng đỡ của gia đình, bạn bè và những người khác nữa.

Thiền sư Thích Nhất Hạnh:
Đúng thế. Đó là vì sao xã hội chúng ta có lễ cưới. Hai gia đình và bạn bè cùng đến để làm chứng cho sự kiện hai người về chung sống với nhau. Vị chủ hôn và tờ hôn thú chỉ là những biểu tượng. Điều quan trọng là sự cam kết của hai người được chứng minh bởi hai họ và nhiều

bè bạn. Bây giờ hai người có sự yểm trợ của những người này. Một cam kết lâu dài sẽ mạnh và dài lâu hơn nếu được làm trong khung cảnh của Tăng thân. Tình cảm sâu đậm của hai người rất quan trọng, nhưng không đủ để duy trì hạnh phúc. Không có những yếu tố khác, cái mà ta gọi là tình yêu chẳng bao lâu sẽ có thể trở thành chua chát. Sự cùng đến yểm trợ của gia đình và bạn bè đã dệt nên một mạng lưới. Sức mạnh của tình cảm hai người chỉ là một sợi tơ trong mạng lưới đó. Được yểm trợ bởi nhiều yếu tố, đôi lứa ấy sẽ vững hơn, như một cái cây. Nếu cái cây muốn khỏe mạnh, nó cần phải cắm một số rễ sâu vào lòng đất. Nếu cái cây chỉ có một cái rễ, nó có thể sẽ bị gió lật trốc. Đời sống lứa đôi cũng cần có sự hỗ trợ của nhiều yếu tố khác nhau: gia đình, bè bạn, lý tưởng, tu tập và Tăng thân.

Ở Làng Mai, cộng đồng tu tập nơi tôi sống tại Pháp, mỗi khi có một lễ cưới, cả cộng đồng được mời tới để ăn mừng và hỗ trợ cho hai người. Sau lễ cưới, mỗi ngày rằm, hai vợ chồng đọc lại Năm Điều Ước Nguyện với nhau để nhớ lại rằng: bạn bè khắp nơi đều đang nâng đỡ cho liên hệ của họ được vững bền và hạnh phúc. Cho dù liên hệ của hai người có được kết hợp bởi luật pháp hay không, nó cũng sẽ mạnh và bền hơn nếu được cam kết với sự hiện diện của Tăng thân - những người bạn thương mến và muốn yểm trợ mình trong tinh thần của Hiểu và Từ, Bi.

Sống với nhau lâu dài, đó là vì nghĩa, không phải vì tình

"... Tình là tình thương say đắm bồng bột. Nghĩa là thứ tình thương có nhiều hiểu biết và biết ơn ở trong. Mọi tình thương đều có thể bắt đầu bằng sự say mê, nhất là với người trẻ. Nhưng trong quá trình sống với nhau, họ phải học và thực tập yêu thương, để sự ích kỷ - khuynh hướng chiếm hữu - sẽ bớt đi, và yếu tố hiểu biết, thương yêu sẽ tụ lại dần dần, cho đến khi tình thương của họ trở thành nguồn nuôi dưỡng, bảo vệ và bảo đảm, yên tâm. Với nghĩa, ta biết chắc người kia sẽ chăm sóc ta và thương ta cho đến khi đầu bạc răng long. Không có gì bảo đảm được người kia sẽ ở mãi với ta, ngoại trừ nghĩa. Nghĩa được bồi đắp bởi hai người trong đời sống hằng ngày..."

Nhà báo Hoàng Anh Sướng:
Do quá dễ dãi, hời hợt trong tình yêu nên nhiều bạn trẻ hiện nay luôn cảm thấy cô đơn. Họ không thể tìm được

tình yêu đích thực, không có truyền thông tốt với người khác, kể cả những người thân trong gia đình. Cảm giác cô đơn rất phổ biến trong xã hội ta. Chính cảm giác tiêu cực ấy đã thúc đẩy họ đi tìm thú vui nhục dục như là một cách để khỏa lấp. Họ tin tưởng một cách ngây thơ rằng: Quan hệ tình dục sẽ giúp họ cảm thấy bớt cô đơn. Niềm tin ấy có đúng không, thưa Thiền sư?

Thiền sư Thích Nhất Hạnh:

Điều ấy không đúng. Khi không có đủ truyền thông với người khác về mặt tâm hồn, quan hệ tình dục sẽ đào sâu thêm hố ngăn cách và hủy diệt cả hai bên. Quan hệ của ta sẽ đầy bão tố, ta sẽ chỉ làm khổ nhau. Niềm tin rằng quan hệ giới tính sẽ giúp ta giải tỏa cô đơn là một thứ mê tín. Ta không nên bị nó đánh lừa. Trên thực tế, ta sẽ cảm thấy còn cô đơn hơn sau đó. Sự kết hợp của hai thân thể chỉ tích cực khi nào có hiểu biết và cảm thông về mặt tâm hồn. Ngay cả giữa vợ và chồng, nếu sự cảm thông về tâm hồn không có thì sự đến với nhau của hai thân thể chỉ làm cho hai người xa cách nhau thêm. Trong trường hợp đó, tôi khuyên các bạn hãy tránh quan hệ thân xác và tìm cách tái lập truyền thông trước đã.

Nhà báo Hoàng Anh Sướng:

Tiếng Việt có hai chữ "tình" và "nghĩa", rất khó dịch ra tiếng Anh. Hai chữ đều có nghĩa gần giống với thương yêu. Trong "tình" ta thấy có yếu tố say mê sôi nổi. Sự say *mê này có thể rất sâu, tràn ngập cả con người mình. "Nghĩa" là một loại tiếp nối của tình. Với "nghĩa" ta thấy đằm hơn, có nhiều hiểu biết hơn, sẵn sàng hy sinh để làm cho người kia hạnh phúc hơn, trung thành hơn. Ta không còn hăng say như trong "tình", nhưng tình thương của ta sâu hơn và bền hơn. "Nghĩa" sẽ giữ hai người với nhau lâu dài. Đó là kết quả của sự sống chung và chia sẻ niềm vui, gian khó trong thời gian dài. Thiền sư có nghĩ như vậy không?*

Thiền sư Thích Nhất Hạnh:
Ta bắt đầu bằng sự đam mê, nhưng sống với nhau ta gặp phải khó khăn, và nhờ tìm cách ứng phó với những khó khăn này mà tình yêu của ta sâu đậm thêm. Trong khi sự đam mê phai lạt thì "nghĩa" lại mỗi lúc một tăng trưởng. "Nghĩa" là một thứ tình thương sâu hơn, với nhiều trí tuệ hơn, tương tức hơn, đoàn kết hơn. Ta hiểu người kia hơn. Ta và người kia trở thành một thực thể. "Nghĩa" giống như một trái cây đã chín. Nó không còn chua chát nữa; chỉ có vị ngọt thôi. Trong "nghĩa", ta thấy biết ơn người kia. "Cảm ơn vì đã chọn tôi. Cảm ơn vì đã làm vợ hay chồng tôi. Có biết bao nhiêu người ngoài kia, tại sao lại chọn tôi? Tôi rất biết ơn!" Đó là chỗ bắt đầu của "nghĩa", cảm giác biết ơn người ấy đã chọn mình làm người bạn đồng hành để chia sẻ những gì tốt đẹp nhất của người ấy, cũng như những hạnh phúc và khổ đau của mình.

Khi sống chung, ta hỗ trợ lẫn nhau. Ta bắt đầu hiểu được cảm thọ và những khó khăn của nhau. Khi người kia tỏ ra hiểu được những vấn đề, khó khăn và chí hướng sâu xa của mình, ta cảm thấy biết ơn sự hiểu biết đó. Khi thấy được người khác hiểu, ta không còn khổ sở nữa. Hạnh phúc, trước hết là cảm thấy được hiểu. "Tôi biết ơn vì anh đã chứng tỏ là anh hiểu tôi. Trong khi tôi đang gặp khó khăn và thao thức trắng đêm, anh săn sóc tôi. Anh tỏ cho tôi thấy rằng sự an nguy của tôi cũng là sự an nguy của anh. Anh đã làm những điều không thể làm được để mang lại an ổn cho tôi. Anh đã săn sóc tôi theo một cách mà không ai trên đời này có thể có được. Vì vậy tôi biết ơn anh."

Nhà báo Hoàng Anh Sướng:
Nếu hai người sống với nhau lâu dài, "cho đến khi đầu bạc răng long", đó là vì "tình" hay vì "nghĩa"?

Thiền sư Thích Nhất Hạnh:
Đó là vì "nghĩa", không phải vì "tình". "Tình" là tình thương say đắm bồng bột. "Nghĩa" là thứ tình thương có nhiều hiểu biết và biết ơn ở trong. Mọi tình thương đều có thể bắt đầu bằng sự say mê, nhất là với người trẻ. Nhưng trong quá trình sống với nhau, họ phải học và thực tập yêu thương, để sự ích kỷ - khuynh hướng chiếm hữu - sẽ bớt đi, và yếu tố hiểu biết, thương yêu sẽ tụ lại dần dần, cho đến khi tình thương của họ trở thành nguồn nuôi

dưỡng, bảo vệ và bảo đảm, yên tâm. Với "nghĩa", ta biết chắc người kia sẽ chăm sóc ta và thương ta cho đến khi "đầu bạc răng long". Không có gì bảo đảm được người kia sẽ ở mãi với ta, ngoại trừ "nghĩa". "Nghĩa" được bồi đắp bởi hai người trong đời sống hằng ngày.

Thiền là nhìn vào bản chất tình thương của mình để xem những yếu tố nào có mặt trong đó. Ta không thể nói tình thương của mình chỉ là "tình" hay "nghĩa", chiếm hữu hay vị tha, bởi trong tình thương có thể có cùng một lúc hai yếu tố. Có thể có 90% là tình yêu chiếm hữu, 3% là tình thương vị tha, 2% là sự biết ơn... Hãy nhìn sâu vào bản chất tình thương của mình để nhận diện ra. Hạnh phúc của người kia và hạnh phúc của bạn tùy thuộc vào bản chất tình thương của bạn. Lẽ đương nhiên ta có tình thương, nhưng điều quan trọng là bản chất của tình thương đó. Nếu ta nhận thấy có nhiều Từ và Bi trong tình thương của mình, thì tình thương ấy rất đáng yên tâm. "Nghĩa" sẽ bền trong tình thương ấy. Con cái, nếu chịu khó nhìn kỹ sẽ thấy điều giữ cha mẹ mình lại với nhau chính là "nghĩa" chứ không phải "tình" say đắm. Nếu cha mẹ biết săn sóc cho nhau, trông nom con cái với sự bình tĩnh, dịu dàng, quan tâm, thì "nghĩa" chính là nền tảng của sự quan tâm đó. Đó là thứ tình thương chúng ta rất cần cho gia đình và xã hội ta.

Trong việc thực tập Giới thứ ba, chúng ta phải luôn luôn nhìn vào bản chất tình thương của mình để thấy rõ và không bị gạt bởi cảm thọ của mình. Đôi khi ta nghĩ ta thương một người, nhưng tình thương ấy có thể chỉ là một cố gắng để thỏa mãn những nhu yếu vị kỷ của mình mà thôi. Có thể ta chưa nhìn sâu đủ để thấy những nhu yếu của người kia, trong đó có nhu yếu được an toàn, được bảo vệ. Nếu có cái nhìn khai mở đó, ta sẽ nhận ra rằng người kia cần sự bảo vệ của ta, và ta không thể xem người ấy đơn thuần như một đối tượng ham muốn của mình. Người kia không nên bị xem là một món hàng.

Nhà báo Hoàng Anh Sướng:
Nhiều khi, tình yêu là một căn bệnh. Ở Tây phương cũng như Á châu đều có từ "bệnh tương tư". Cái làm chúng ta bệnh là sự ràng buộc. Dù đó là một nội kết ngọt ngào, thứ tình thương ràng buộc này cũng giống như thuốc phiện. Nó làm cho chúng ta thấy khoan khoái, nhưng một khi đã nghiện ngập ta không còn chút bình an nào nữa. Ta không thể học, không thể làm việc gì, thậm chí không thể ngủ. Ta chỉ nghĩ đến đối tượng kia thôi. Ta bị bệnh vì tình. Tại sao vậy, thưa Thiền sư?

Thiền sư Thích Nhất Hạnh:
Chữ tình viết ra chữ Hán [情], bên trái có bộ tâm [心] tức là trái tim, bên phải có chữ thanh [青] là mầu xanh lục. Trái tim mầu xanh. Trái tim ban đầu thì mầu xanh, sau có thể biến thành mầu khác, nhưng làm sao để nó đừng thành mầu đen. Cái tình lúc ban đầu thì rất bồng bột, nóng bỏng, có tính chất đam mê. Đó là bản chất

của tình. Khi đang bị năng lượng tình chiếm cứ thì mình không được an ổn lắm. Ăn không an mà ngủ cũng không an, giống như bị đốt cháy vậy. Đó là ngọn lửa. Người nào có đi qua rồi thì biết. Khó an trú trong hiện tại lắm, cứ nghĩ tới cái giây phút mình sẽ được gặp người đó, được ngắm nhìn người đó, chỉ ngồi ngắm không là đủ no rồi, khỏi cần ăn. Càng nhiều trở ngại chừng nào thì đam mê càng lớn chừng nấy. Sự trở ngại là một chất liệu làm cho tình yêu càng lớn mạnh (lễ giáo, công ước xã hội...). Hoàn cảnh dễ dàng quá thì nó không lớn mạnh. Ngày xưa chưa có điện thư, điện thoại, đôi khi đợi một lá thư tình phải chờ từ tuần này sang tuần khác. Và mỗi ngày bồn chồn tự hỏi: Đáng lý ngày hôm qua lá thư đó phải tới rồi, nhưng sao nó chưa tới? Mình đợi cả hai mươi bốn giờ đồng hồ, cho tới cái giờ mà ông phát thư đi ngang qua trước ngõ. Ông phát thư thường đi qua lúc mười giờ sáng, lúc chín giờ mình đã bắt đầu đợi. Ông phát thư sáng nay sao mà đi trễ quá, đi chậm quá! Mình đếm từng bước của ông ta. Và nếu ông đi ngang qua mà không dừng lại thì mình buồn lắm. Phải đợi hai mươi bốn giờ đồng hồ nữa. Khi bị tình yêu chiếm cứ, mình không có khả năng an trú trong hiện tại. Nó có sự bồng bột, sự đốt cháy. Nó không có được sự an ổn. Cho nên ở Tây phương, người ta nói khi yêu tức là mình bị té, bị ngã (falling in love). Đang đi bình thường tự nhiên té xuống. Người Việt Nam thay vì nói té thì nói ốm, nói cảm. Tây phương cũng nói ốm (love sick). Nguyễn Bính có viết hai câu thơ: "Gió mưa là bệnh của trời, tương tư là bệnh của tôi yêu nàng." Trời tốt đẹp thì không bị bệnh, mà hễ có gió, có mưa là bị bệnh. Tương tư tức là cứ ngồi đó mà nhớ nhau, không làm ăn được gì hết. Ốm tương tư là nhớ quá thành bệnh, như nàng Mỵ Nương với chàng Trương Chi. Thành ra, tình yêu là một cơn bệnh. Tình yêu bùng lên rất mạnh nhưng nếu được dễ dàng thỏa mãn thì nó chết cũng rất mau. Đam mê như một ngọn lửa lên rất cao, khi tàn lụi cũng rất là mau.

Thứ tình này dính líu đến ước muốn chiếm hữu và độc quyền của ta. Ta muốn đối tượng tình yêu của ta phải hoàn toàn thuộc về ta và chỉ riêng cho ta mà thôi. Đó là sự chuyên chế. Ta không muốn ai ngăn ta ở gần người đó. Thứ tình yêu này có thể được gọi là nhà tù, nơi ta giam cầm người ta thương và chỉ gây khổ đau cho người ấy. Người bị thương bị tước đoạt đi tự do - quyền được là mình và vui sống. Thứ tình yêu này không thể được gọi là Từ hay Bi. Nó chỉ là ước muốn dùng người khác để thỏa mãn những nhu cầu của mình mà thôi.

Khi có những năng lượng tình dục làm cho ta không hạnh phúc, mất đi sự an ổn nội tại, ta cần phải biết thực tập để không làm những việc mang lại khổ đau cho người và cho mình. Ta phải học điều này. Ở châu Á, ta nói có ba loại năng lượng: Tinh, khí và thần. Tinh - năng lượng tình dục, là loại đầu. Khi ta có nhiều năng lượng tình dục hơn mức độ cần thiết, cơ thể và toàn bộ con người ta sẽ mất quân bình. Ta cần phải biết làm sao để tái lập lại quân bình, nếu không ta sẽ có thể hành xử một cách vô trách nhiệm. Trong đạo Lão và đạo Bụt, có những phép thực tập giúp tái lập lại sự quân bình này, như tập thiền hay võ thuật. Ta có thể học những cách để chuyển năng lượng tình dục này sang những mức độ thành đạt sâu trong nghệ thuật và thiền tập.

Nguồn năng lượng thứ hai là khí, hơi thở. Sự sống có thể được xem như một tiến trình đốt cháy. Để đốt, mỗi tế bào trong cơ thể ta cần thức ăn và dưỡng khí. Trong Kinh Lửa, Bụt nói: "Mắt đang cháy, mũi đang cháy, thân đang cháy." Trong đời sống hằng ngày, ta phải nuôi dưỡng năng lượng của mình bằng cách thực tập thở cho đúng. Chúng ta nhờ không khí và oxy trong đó, vì vậy ta phải cẩn thận tránh không khí ô nhiễm. Có những người nuôi dưỡng khí bằng cách tránh hút thuốc và chuyện trò, hay thực tập hơi thở chánh niệm sau khi phải nói nhiều. Khi nói, ta nhớ dành thì giờ để thở. Ở Làng Mai, mỗi khi nghe chuông chánh niệm, mọi người đều dừng lại những gì mình đang làm và thở ba hơi thở có ý thức. Chúng tôi thực tập như vậy để phát triển và giữ gìn năng lượng khí.

Nguồn năng lượng thứ ba là thần, năng lượng của tinh thần. Khi không ngủ ban đêm, ta mất một số năng lượng này. Hệ thần kinh của chúng ta trở nên mệt mỏi và ta không thể học, hành thiền hay quyết đoán tốt được. Thần trí ta không minh mẫn vì thiếu ngủ hoặc lo lắng quá độ. Lo nghĩ, bồn chồn làm kiệt quệ năng lượng này. Vậy thì đừng lo lắng. Đừng thức khuya quá. Giữ hệ thống thần kinh của mình cho khỏe mạnh. Tránh bồn chồn. Những thực tập như vậy nuôi dưỡng nguồn năng lượng thứ ba. Ta cần năng lượng này để thực tập thiền cho tốt. Sự khai mở tâm linh cần sức mạnh tinh thần, có được nhờ *định* và nhờ biết bảo tồn nguồn năng lượng này. Khi có năng lượng tinh thần mạnh, ta chỉ cần chuyên tâm vào đối tượng, và ta sẽ có sự khai mở. Không có thần, ánh sáng *định* sẽ không tỏa sáng, vì ngọn đèn phát ra rất yếu ớt.

Tình yêu sẽ chết nếu không được nuôi dưỡng bằng hiểu và thương

"… Ở trong đạo Phật, chúng ta thấy rất rõ cái thương đích thực được làm bằng cái hiểu, không có hiểu thì không có thương. Cha không hiểu con thì cha càng thương con càng khổ. Vợ không hiểu chồng thì vợ càng thương chồng càng khổ. Hiểu là nền tảng của tình thương. Sống với nhau như thế nào để càng ngày mình càng hiểu được nhau nhiều hơn và để cho người kia càng ngày càng hiểu được mình nhiều hơn. Nếu cái hiểu không lớn lên thì cái thương sẽ giậm chân tại chỗ. Và tình yêu sẽ từ từ chết nếu mình không biết nuôi dưỡng nó bằng cái hiểu và cái thương…"

Nhà báo Hoàng Anh Sướng:

Tôi rất tâm đắc với những điều Thiền sư bàn về chữ Tình và chữ Nghĩa. Trong đời sống vợ chồng, tòa lâu đài hạnh phúc vững chãi chỉ có thể xây dựng trên nền tảng của Nghĩa. Song làm thế nào để chuyển hóa từ thứ tình đắm say bồng bột đến thứ tình thương có nhiều hiểu biết và biết ơn là Nghĩa lại không hề dễ dàng.

Thiền sư Thích Nhất Hạnh:
Ở Việt Nam, ngày xưa người ta không nấu cơm bằng gas hay bằng điện như bây giờ mà nấu bằng rơm. Rơm cháy rất mau. Có cách nào để làm cho rơm cháy chậm lại? Mình đặt một nắm rơm vào và lấy cái đũa bếp đè xuống thì nắm rơm sẽ cháy từ từ, được lâu hơn. Ở nông thôn Việt Nam ngày xưa còn nấu bằng trấu. Trấu tức là vỏ lúa. Không có hộp quẹt vì vậy người ta phải nuôi lửa. Nuôi lửa hay nhất là bằng trấu: mình đổ vào một vài bát trấu thì trấu cháy ngún rất lâu. Sáng dậy mình khơi ra thì còn lửa trong bếp.

Ngày xưa, người Việt Nam có truyền thống đi xin lửa, vì không có hộp quẹt. Mỗi khi nấu cơm, nếu nhà mình không có trấu để giữ lửa thì mình phải qua hàng xóm xin lửa. Mình phải cầm một nắm rơm dài, dúi vào chỗ lửa trấu đang còn cháy, đợi chừng hai, ba chục giây. Khi thấy khói lên thì mình biết nắm rơm đã bén lửa rồi, chỉ cần thổi một hơi nhẹ là lửa cháy lên. Mình lấy một nắm rơm khác, nắm lại, đem về thì nó tiếp tục cháy. Ngày xưa, đi xin lửa là chuyện mỗi ngày.

Tình là ngọn lửa rơm mau tàn. Còn nghĩa là lửa trấu, cháy suốt đêm. Ân nghĩa là cái phải tiếp nối cái tình. Tình phải được bắt đầu cho khéo để từ từ đưa tới cái nghĩa. Ân nghĩa là cái nuôi dưỡng một cặp vợ chồng cho tới khi đầu bạc răng long. Răng long thì đi làm răng giả, còn đầu bạc thì đi mua thuốc nhuộm. Nhưng nuôi dưỡng nghĩa chúng ta phải nuôi dưỡng bằng thương yêu. Mỗi ngày mình phải xây dựng cái ơn và cái nghĩa. Mỗi lời nói, mỗi cử chỉ săn sóc đều là tạo ra ơn và nghĩa. Chính cái đó nó là keo sơn giúp cho một cặp vợ chồng sống với nhau suốt đời.

Nhà báo Hoàng Anh Sướng:
Liệu chúng ta có thể xây dựng tình bạn lâu bền theo cách đó được không, thưa Thiền sư?

Thiền sư Thích Nhất Hạnh:
Tình bạn cũng vậy. Có điều, tình bạn thì không có sự cháy bùng, đam mê như là tình yêu, cho nên tình bạn dễ hơn nhiều. Nhạc sĩ Trịnh Công Sơn đã nói rất rõ là tình bạn thì lâu dài, bền chắc, và nuôi dưỡng mình nhiều hơn tình yêu. Cho nên bí quyết là mình phải biến tình yêu lúc ban đầu trở thành tình bạn. Hai người ban đầu là hai người yêu, nhưng từ từ sẽ trở thành hai người bạn. Khi trở thành hai người bạn thì đó là tình yêu đang còn. Còn nếu tình yêu không trở thành được tình bạn thì nó sẽ chết. Mà sở dĩ tình yêu trở thành tình bạn được là vì mình phát khởi được cái ơn và cái nghĩa. Cái ơn nghĩa đó bắt đầu từ chỗ ý thức được rằng: Có biết bao nhiêu người, tại sao anh ấy không chọn, mà lại chọn mình? Có biết bao nhiêu người con trai có bằng cấp, có địa vị, tại

sao nàng không chọn, mà nàng chọn ta? Ý thức đó làm mình có thể biết ơn suốt đời. Có điều, cái chọn của mình không phải là nhất thời. Sự chọn này phải xảy ra trong một quá trình nào đó, với trí tuệ chứ không phải chỉ với đam mê mà thôi. Nếu chỉ có đam mê thì mình sẽ hối hận. Phải có trí tuệ và phải biết lắng nghe. Lắng nghe cha mẹ, bạn bè, các em của mình. Vì họ cũng có cái thấy, mà cái thấy của họ nhiều khi khách quan hơn mình, tại vì mình chủ quan quá. Mình đam mê rồi thì mình không thấy được sự thật rõ ràng bằng những người khác.

Nhà báo Hoàng Anh Sướng:

Lựa chọn bạn đời có lẽ là sự lựa chọn khó khăn nhất trong cuộc đời mỗi con người. Sự ham muốn bóng sắc tự nó không đủ. Làm thế nào để chọn được người hiểu mình, là tri kỷ của mình. Tìm ra được người đó, chúng ta sẽ hạnh phúc. Thiền sư có nghĩ như vậy không?

Thiền sư Thích Nhất Hạnh:

Tri kỷ là biết nhau, hiểu nhau. Trong cuộc sống này, nếu mình tìm được một người có khả năng lắng nghe mình, hiểu được những khó khăn, những khổ đau, những ước vọng của mình tức là mình tìm thấy ở người đó một tâm hồn tri kỷ thì mình là người có hạnh phúc vô cùng. Món quà quý nhất mà người kia có thể tặng cho mình là khả năng hiểu. Có những người cả đời đi kiếm tìm mà không tìm được một người hiểu mình.

Ngày xưa, có một vị quan lớn chơi đàn thập lục huyền cầm rất tuyệt diệu. Trong giới quan quyền, bạn hữu không có ai hiểu được nghệ thuật, tài năng của ông. Vì vậy, mỗi lần đánh đàn, ông thường đem theo một vài người hầu cận lên trên núi, tìm một chỗ đẹp. Ông trải chiếu, pha trà rồi đốt trầm lên. Trong không khí trang nghiêm, ông chơi đàn rất hạnh phúc. Và ông có cảm tưởng là chỉ có suối, cây, núi, mây mới hiểu được tiếng đàn của ông. Bữa đó, đang đàn thì tự nhiên một dây đàn bị đứt. Ông tháo dây đàn đứt đó ra, thay một dây mới. Vừa đàn thêm một câu nữa thì dây đàn lại bị đứt, và cứ đứt như vậy ba lần. Ông nghĩ: "Chắc có người đang nghe trộm mình". Ông đứng lên, nói lớn: "Có vị tri kỷ nào đang nghe trộm tiếng đàn của tôi xin cho gặp mặt." Bỗng nhiên có một anh tiều phu xuất hiện. Anh tiều phu này đã nghe lén, đã cảm được tất cả những cái hay, cái đẹp, cái tài ba của người đàn cho nên dây đàn đứt. Ông quan đánh đàn ấy tên là Vương Bá Nha, người tiều phu tên là Chung Tử Kỳ. Hai người nói chuyện rất tâm đầu ý hợp. Bá Nha lần đầu tiên tìm ra người tri kỷ, một người hiểu được nghệ thuật của mình. Tử Kỳ chấp nhận làm bạn tri kỷ của Bá Nha, nhưng không muốn về kinh đô nhậm chức. Tử Kỳ chỉ muốn làm tiều phu thôi. Lâu lâu, Bá Nha nhớ tới bạn, sắp đặt công việc trong triều rồi hẹn với bạn, hai người cùng uống trà. Bá Nha hạnh phúc vô cùng vì Bá Nha đã tìm ra được một người tri kỷ, tri âm. Tình bạn đó lưu truyền cho tới ngày hôm nay.

Ở đời, con mà hiểu cha, đệ tử mà hiểu thầy thì cũng làm cho cha, cho thầy rất hạnh phúc. Thành ra mình biết ơn người đã hiểu được mình. Cảm ơn em đã hiểu được anh, cảm ơn con đã hiểu được cha, cảm ơn cha đã hiểu được con. Tu tập là làm thế nào để có thể có được cái hiểu. Muốn hiểu thì phải lắng nghe, phải quan sát. Khi mình sống với một người có khả năng hiểu mình thì mình có hạnh phúc lắm. Vì cái hiểu là nền tảng của cái thương. Không hiểu thì không thể nào thương. Đó là tiêu chuẩn của đạo Phật về hạnh phúc, về tình yêu. Trong tình yêu đôi lứa, mình phải cẩn thận, chỉ cần thử nghiệm vài cái là biết người đó có hiểu mình hay không. Cái người mà khi mình nói cứ cắt lời, không để cho mình nói, cứ khoe cái của họ, không có khả năng hiểu được những khó khăn, khổ đau, không biết lắng nghe mình... thì dù người đó có bằng cấp cao, nhiều tiền, xe đẹp, nhà cửa sang trọng, bảnh trai, hay sắc đẹp nghiêng nước nghiêng thành thì cưới người đó, mình sẽ khổ suốt đời. Đừng để cho mình bị hấp dẫn, mờ mắt bởi những cái bên ngoài: sắc đẹp, địa vị, danh lợi... Những người yếu đuối thường bị hấp dẫn bởi những cái phù phiếm bên ngoài. Trong xã hội Việt Nam mới phát triển, một cô gái có thể đánh mất tiết trinh để đổi lấy một chiếc xe gắn máy. Thật dễ sợ! Đạo đức đã suy đồi tới mức đó. Mình muốn thoát ra khỏi cái thân phận nghèo khổ, mình muốn có một chiếc xe giống như người ta, và mình đánh mất cái quý giá nhất của đời mình. Chuyện đó đã và đang xảy ra. Thành ra những cái hấp dẫn của vật chất, của bề ngoài phù phiếm mình không thể coi thường được. Mình sẽ dấn thân vào những nẻo đời khổ đau nếu mình không cẩn thận.

Nhà báo Hoàng Anh Sướng:
Tại sao cái hiểu lại quan trọng đến vậy với sự sống còn của tình yêu?

Thiền sư Thích Nhất Hạnh:
Ở trong đạo Phật, chúng ta thấy rất rõ cái thương đích thực được làm bằng cái hiểu, không có hiểu thì không có thương. Cha không hiểu con thì cha càng thương con càng khổ. Vợ không hiểu chồng thì vợ càng thương chồng càng khổ. Hiểu là nền tảng của tình thương. Sống với nhau như thế nào để càng ngày mình càng hiểu được nhau nhiều hơn và để cho người kia càng ngày càng hiểu được mình nhiều hơn. Nếu cái hiểu không lớn lên thì cái thương sẽ giậm chân tại chỗ. Và tình yêu sẽ từ từ chết nếu mình không biết nuôi dưỡng nó bằng cái hiểu và cái thương.

Không có truyền thông, không có hạnh phúc

"*… Khi không thể truyền thông với nhau, con người không thể hiểu nhau, thấy được khổ đau của nhau. Và như vậy không thể có tình thương và hạnh phúc. Chiến tranh và khủng bố cũng do tri giác sai lầm sinh ra. Những kẻ khủng bố đinh ninh rằng phía bên kia đang tìm cách tiêu diệt mình, tiêu diệt tôn giáo mình, đất nước mình nên họ đã tìm cách tiêu diệt trước để tránh mối nguy hại. Sợ hãi, hiểu nhầm và tri giác sai lầm là nền tảng của mọi hành động bạo lực…*

… Chúng ta nói tới tình trạng tự tử và gia đình tan vỡ. Nếu truyền thông giữa vợ và chồng, giữa cha mẹ và con cái gặp khó khăn thì mọi người không còn hạnh phúc. Vô số người trẻ rơi vào tình trạng tuyệt vọng và chỉ muốn tự vẫn. Mỗi năm ở Pháp có khoảng 12.000 thanh niên tự tử chỉ vì không biết giải quyết những cảm xúc tiêu cực như tuyệt vọng…"

Nhà báo Hoàng Anh Sướng:

Có lẽ vì không hiểu nhau nên trong nhiều gia đình hiện nay, cha con, vợ chồng không nói chuyện được với nhau, không nhìn mặt nhau được. Mỗi khi nghĩ tới người kia là trong mình đầy rẫy những oán hờn, bực bội. Những xung đột, bất hòa, những bi kịch và cả những án mạng đau lòng xảy ra như cơm bữa mà nạn nhân và tội nhân nhiều khi lại là cha - con, vợ - chồng. Đây thực sự là một thực trạng đau lòng đáng báo động.

Thiền sư Thích Nhất Hạnh:

Ngày xưa, khi biết tin người vợ có mang, trong lòng mình có sự rung động kỳ diệu. Mình cảm thấy hạnh phúc khi sắp được làm cha. Và khi người vợ được bác sĩ báo tin có thai, họ cũng có sự xúc động lớn. Tuy em bé chưa ra đời nhưng mình đã có tình yêu thương rồi. Mình cảm thấy đời đẹp hơn, vui hơn và có thể nói chuyện với em bé mỗi ngày không chán. Tình thương rất là mầu nhiệm. Khi ăn cái gì mình cũng nghĩ rằng thức ăn này sẽ nuôi dưỡng em bé nên mình ăn hết sức cẩn thận. Khi lo lắng cái gì cũng nghĩ rằng cái lo lắng của mình sẽ ảnh hưởng không tốt đến bé nên tìm cách không có lo lắng, sợ hãi, buồn phiền. Và người cha cũng vậy. Người cha biết rằng, nếu mình làm cho người vợ khổ đau, lo lắng thì sẽ hại cho em bé, cho nên người cha trở nên nhẹ nhàng, dịu dàng hơn. Có sự thay đổi như vậy là bởi cả hai người đều thương con. Như vậy tình yêu thương với đứa con bắt đầu rất là đẹp. Vậy thì tại sao bây giờ mình không nhìn mặt con, nghĩ tới chuyện từ con. Tại mình không biết tu! Ngày xưa, khi thấy người thiếu nữ đó mình rất cảm động. Đó là một nàng tiên đẹp từ bên trong đẹp ra. Mình cứ luôn nghĩ rằng: nếu cưới được người này thì mình mới hạnh phúc và nếu thiếu người này thì đời không có gì vui, mình không thể nào sống được. Chỉ cần nhìn thấy người đó, nghe giọng người đó nói, dù là qua điện thoại, cũng đủ hạnh phúc rồi. Nhưng bây giờ tại sao mình không nhìn mặt nhau được, mình không nói chuyện với nhau được? Tại sao truyền thông bị bế tắc và mình nghĩ tới chuyện ly dị? Tại vì trong lòng mình có những cái gọi là nội kết. Nội kết là một danh từ Phật giáo, có nghĩa là những nút thắt. Khi người kia nói hay làm một điều gì đó tạo ra nỗi khổ, niềm đau trong lòng mình, mình không biết cách tháo gỡ nên đã để nó trở thành một cái cục, giống như cục sạn ở trong thận. Đó là nội kết, một nội kết khổ đau. Vài ngày sau, lại có thêm nội kết mới trong khi nội kết cũ chưa tháo gỡ được. Cứ như vậy sau nhiều tháng, nhiều năm, mình có quá nhiều nội kết. Có những nội kết do tự mình tạo ra, do sự si mê của mình. Người kia không làm mình khổ mà mình cứ tưởng rằng họ muốn làm mình khổ. Và có những nội kết do sự vụng về của người kia gây ra.

Nhà báo Hoàng Anh Sướng:
Vậy có cách nào để gỡ bỏ, chuyển hóa những nội kết ấy không, thưa Thiền sư?

Thiền sư Thích Nhất Hạnh:

Có. Trong những khóa tu chúng tôi tổ chức ở Âu châu, Mỹ châu, Á châu, Úc châu, có rất nhiều cặp vợ chồng, cha con hòa giải được với nhau. Đau khổ kéo dài trong nhiều năm nhưng chỉ cần tu tập 5 - 6 ngày là họ có thể tháo gỡ, hòa giải được. Nhiều khi phép lạ của sự hòa giải, chuyển hóa lại xảy ra trong các khóa tu mà phần lớn người tới tu học không phải là Phật tử. Họ là những tín đồ của Do Thái giáo, Cơ Đốc giáo... Mình là Phật tử, nhiều thế hệ đã theo đạo Bụt, nhưng tại sao mình không biết thực tập để thoát ra được mà chịu chết như vậy? Cho nên mình phải đứng dậy, phải nắm lấy giáo pháp để tu tập, để tự tháo gỡ và chuyển hóa được những nội kết trong mình.

Nhà báo Hoàng Anh Sướng:
Xin Thiền sư chia sẻ về phương pháp thần diệu ấy!

Thiền sư Thích Nhất Hạnh:
Đó là phương pháp làm mới của Làng Mai. Làm mới là một phương pháp tháo gỡ nội kết. Tối thứ Sáu hàng tuần, vợ chồng, cha con, cả gia đình cần ngồi xuống để làm mới. Ngồi với nhau thành một vòng tròn, im lặng nghe chuông, hít thở để làm lắng dịu tâm và thân. Ở giữa vòng tròn có một bình hoa. Khi mình muốn chia sẻ thì bình hoa đó sẽ được đưa tới trước mặt mình. Mình cầm bông hoa lên và thở ba hơi rồi nói: "Anh ơi! Ngày hôm kia anh nói một câu

làm cho em đau, em muốn anh biết điều đó. Em đau lắm! Em không hiểu tại sao anh lại nói một câu như vậy? Câu ấy có thể làm tan vỡ tình nghĩa của chúng ta. Đó là một nội kết mà em đã cất giữ hai ngày rồi. Em đã cố gắng tháo nó mà chưa làm được. Anh giúp em đi! Anh giúp em tháo cái nội kết đó đi. Nếu anh không giúp thì ai giúp em bây giờ? Hãy nói cho em biết tại sao anh đã nói một câu như vậy, anh đã làm một cái điều như vậy...?" Hãy nói bằng cái giọng khẩn thiết yêu cầu người kia giúp đỡ, không trách móc, không buộc tội. Tại khi mình thương nhau, mình cần đến nhau và khi mình nói như vậy thì người kia sẽ có cơ hội quán chiếu nhìn lại. Nếu người kia thấy rằng mình có lỗi thì xin lỗi. Nếu đó là chuyện hiểu lầm thì sẽ tìm cách cắt nghĩa. Có như vậy mới tháo gỡ được nội kết. Đừng để cho nội kết đó ở lâu trong con người mình. Đó là phương pháp làm mới mỗi tuần. Mình cần phải nắm cho vững pháp môn và mỗi tuần đều thực tập làm mới thì mới giữ được hạnh phúc. Và như thế sẽ không dẫn tới tình trạng không nhìn được mặt nhau, không nói chuyện được với nhau, truyền thông bế tắc.

Nhà báo Hoàng Anh Sướng:
Tháo gỡ nội kết cha con cũng làm mới như vậy?

Thiền sư Thích Nhất Hạnh:
Giữa cha con cũng vậy. Nếu cha làm khổ con thì con cũng có thể dùng phương pháp ái ngữ để thưa với cha

rằng: "Những điều ba nói đã làm cho con đau. Con đã cố gắng trong mấy ngày nay mà không tháo gỡ được. Có thể là con hiểu lầm ý của ba, ba không muốn nói như vậy. Nhưng con nghĩ đi nghĩ lại vẫn chưa thấy được điều đó. Cho nên ba phải giúp con để con có thể nói chuyện được với ba và ba nói chuyện được với con." Mình không dùng áp lực, dùng cái quyền hành làm cha để bắt đứa con phải tuyệt đối vâng theo lệnh của mình. Vì làm như vậy sẽ đánh mất truyền thông. Và khi giữa hai cha con không còn truyền thông thì cả hai cha con đều không có hạnh phúc. Con có thể nói ra tất cả những khổ đau trong lòng cùng cha với điều kiện là nói lễ phép. Và cha phải có thì giờ và cho con một cơ hội để nói ra những nỗi khổ niềm đau, để giúp con thấy được sự thật, giúp con đi ra khỏi hiểu lầm. Nếu cha có vụng về, sai sót thì có thể xin lỗi con. Tôi là thầy nhưng nhưng nhiều khi tôi đã xin lỗi đệ tử của tôi.

Nhà báo Hoàng Anh Sướng:

Dường như có một nghịch lý rất chua xót đang diễn ra. Đó là: chúng ta đang sống trong thời đại công nghệ phát triển như vũ bão với sự phủ sóng khắp chốn của điện thoại và internet. Khi muốn gửi một thông điệp đến người thân, dù cách nhau nửa vòng trái đất, chỉ trong tích tắc, người kia đã nhận được. Ấy vậy mà tình thân, tình người lại ngày càng ly tán, cách xa.

Thiền sư Thích Nhất Hạnh:

Khi những nhà sản xuất điện thoại nói về phương tiện truyền thông, họ bảo rằng: "We bring people together" *(Chúng tôi mang mọi người đến với nhau)*. Điều ấy chưa chắc đã đúng! Điện thoại mỗi bên túi hai ba cái chưa hẳn đã giúp mình truyền thông được với người thân. Hơn bốn mươi năm qua, tôi không dùng điện thoại, ấy vậy mà tôi không bị cắt đứt truyền thông đối với các đệ tử hay là những người thân. Tôi chỉ viết thư thôi. Có khi thư cả tháng mới tới được người kia. Thành ra mình đừng tưởng là khi có điện thoại trong túi là mình có thể truyền thông được. Ở trong truyền thông Phật giáo có một phương tiện truyền thông rất hay: Đó là thắp nhang, đốt trầm.

Lắng nghe và ái ngữ – "phương thuốc thần" gỡ bỏ nội kết khổ đau

"... Giới thứ tư: "Ý thức được những khổ đau do lời nói thiếu chánh niệm và do thiếu khả năng lắng nghe gây ra, con xin nguyện học các hạnh Ái Ngữ và Lắng Nghe để có thể hiến tặng niềm vui cho người, làm vơi bớt nỗi khổ đau của người, giúp đem lại an bình và hòa giải giữa mọi người, giữa các quốc gia, chủng tộc và tôn giáo. Biết rằng lời nói có thể đem lại hạnh phúc hay khổ đau cho người, con nguyện học nói những lời có khả năng gây thêm niềm tự tin, an vui và hi vọng, những lời chân thật có giá trị xây dựng hiểu biết và hòa giải. Con nguyện không nói năng gì khi biết cơn bực tức đang có mặt trong con, nguyện tập thở và đi trong chánh niệm để nhìn sâu vào gốc rễ của những bực tức ấy, nhận diện những tri giác sai lầm trong con và tìm cách

hiểu được những khổ đau trong con và trong người mà con đang bực tức. Con nguyện học nói sự thật và lắng nghe như thế nào để có thể giúp người kia thay đổi và thấy được nẻo thoát ra ngoài những khó khăn đang gặp phải. Con nguyện không loan truyền những tin mà con không biết chắc là có thật, không nói những điều có thể tạo nên sự bất hòa trong gia đình và trong đoàn thể. Con nguyện thực tập Chánh tinh tấn để có thể nuôi dưỡng khả năng hiểu, thương, hạnh phúc và không kỳ thị nơi con và cũng để làm yếu dần những hạt giống bạo động, hận thù và sợ hãi mà con đang có trong chiều sâu tâm thức..."

Nhà báo Hoàng Anh Sướng:

Thiền sư vừa nói đến việc thắp hương, đốt trầm. Đó là nghi thức tâm linh thường ngày của người Việt mỗi khi đến chùa cúng Phật hay cúng ông bà, tổ tiên tại gia. Tại sao Thiền sư lại gọi đó là một phương tiện truyền thông rất hay?

Thiền sư Thích Nhất Hạnh:

Trong nghi lễ Phật giáo cũng như trong văn hóa truyền thống thờ cúng tổ tiên của dân tộc mình, khi muốn truyền thông với cõi tâm linh, mình phải thắp hương. "Cây có cội, nước có nguồn." Người nào mà không truyền thông được với tổ tiên là người mất gốc. Cho nên thờ cúng tổ tiên là một sự thực tập. Mỗi ngày, khi thắp một nén hương, tâm mình hướng về tổ tiên. Mình sẽ biết tổ tiên mình là ai, và như vậy mới có sự truyền thông, có sự lưu thông trong con người mình. Cha mình cũng là tổ tiên. Nhờ cha mà mình tiếp xúc được với quá khứ. Con cái cũng là sự nối tiếp của mình. Nhờ con mà mình đi được đến tương lai. Khi cha và con có truyền thông với nhau thì cả hai cùng có tương lai và quá khứ. Nếu quá khứ, tương lai bị cắt đứt thì không có hạnh phúc. Vì vậy cha giận con là một thảm họa trong gia đình. Đó là điều mà chúng ta cần phải thấy. Cho nên, dù có đi ra ngoại quốc lập nghiệp thì mình vẫn phải lập bàn thờ tổ tiên để thắp một cây hương, cho dù nhà có nhỏ.

Nhà báo Hoàng Anh Sướng:
Vậy việc thắp hương, đốt trầm trong chùa có gì khác trong gia đình?

Thiền sư Thích Nhất Hạnh:
Ở trong chùa cũng thắp hương, đốt trầm. Song trong truyền thống Phật giáo còn có năm thứ hương khác. Đó là giới hương, định hương, tuệ hương, giải thoát hương và giải thoát tri kiến hương. Giới hương tức là mình đốt hương bằng sự trì giới, giữ gìn năm giới. *(Giới thứ nhất là bảo vệ sự sống. Giới thứ hai là hạnh phúc đích thực. Giới thứ ba là tình yêu đích thực. Giới thứ tư là ái ngữ, lắng nghe để tái lập truyền thông. Giới thứ năm là tiêu thụ*

trong chánh niệm, không sử dụng ma túy và rượu chè.)
Nếu mình thực tập theo đúng năm giới như vậy là mình
đang cúng dường một thứ hương gọi là hương giới. Là
Phật tử, mình phải biết thắp loại hương đó chứ không chỉ
thắp hương mua ở ngoài chợ.

Hương tuệ tức là trí tuệ thấy được. Thấy được những
lỗi lầm của mình, thấy được con đường mà mình phải đi.
Mình phải biết nói lời ái ngữ: "Này em, trong những ngày
tháng qua, anh đã có những vụng về, sai trái, gây cho em
những nỗi khổ niềm đau. Tại vì anh không có thực tập
chánh niệm nên anh đã tạo ra những nội kết như vậy. Anh
rất muốn em giúp anh tháo gỡ những nội kết đó. Anh hứa
từ đây về sau, anh sẽ không làm như vậy nữa. Còn nếu anh
nói hay làm một điều gì khiến cho em đau khổ thì xin em
nhắc cho anh để anh có thể thay đổi. Em phải giúp anh!"
Nói như vậy là sử dụng ái ngữ. Người cha cũng phải nói
với người con như vậy. Và theo tôi, người cha, người mẹ
nên bắt đầu: "Con ơi! Trong những năm tháng qua, ba có
hơi nặng nề với con. Ba chưa thấy được những nỗi khổ,
niềm đau, khó khăn của con cho nên ba hay ép buộc con,
hay áp đặt những điều ba muốn lên con. Ba đâu có muốn
làm cho con khổ, vậy mà ba đã vô tình tạo ra những nội
kết trong con. Con là tương lai của ba. Bây giờ ba rất là
hối hận. Con giúp ba, hai cha con mình sẽ tìm cách tháo
gỡ những nội kết trong con và trong ba." Nếu mà cha nói
được với con như vậy thì con sẽ mở lòng ra và hai cha con
sẽ cộng tác, sẽ tu chung, tụng giới chung.

Nhà báo Hoàng Anh Sướng:

Có thể nói, trong "phương thuốc thần kỳ" để xóa tan những nội kết khổ đau, tái lập truyền thông của Thiền sư, "vị thuốc" quan trọng nhất chính là lắng nghe sâu và sử dụng ngôn từ hòa ái. Mong Thiền sư nói thêm về những vị thuốc vi diệu này!

Thiền sư Thích Nhất Hạnh:

Trong các phương pháp tu tập mà Bụt chỉ dạy, có một phương pháp gọi là lắng nghe với tâm từ bi và sử dụng ngôn từ hòa ái. Lắng nghe với tâm từ bi có thể giúp nối lại sự truyền thông. Đôi khi chúng ta không thể truyền thông với chính bản thân ta. Nhiều người trong chúng ta luôn tìm cách trốn chạy khỏi chính mình, bởi vì chúng ta không biết cách lắng nghe nỗi khổ của chính mình. Khi chúng ta bắt đầu hiểu được niềm đau của chính mình thì chúng ta có thể truyền thông được với chính mình dễ dàng hơn. Và khi đó, chúng ta sẽ dễ dàng truyền thông với người khác. Ta có thể đi đến gặp người đó và nói rằng: "Mẹ ơi, con biết mẹ đã chịu nhiều khổ đau trong những năm qua, vậy mà con đã không làm gì để giúp mẹ; trái lại, con còn có những hành xử làm cho mẹ khổ đau thêm. Con đã không thể giúp mẹ bởi vì con chưa hiểu được những nỗi khổ và khó khăn của chính con, cho nên con đã không hiểu được những khổ đau của mẹ. Mẹ ơi, con không muốn làm cho mẹ khổ nữa. Mẹ hãy giúp con! Mẹ hãy nói cho con biết về những khó khăn của mẹ, con không muốn tiếp tục phạm phải thêm những sai lầm nào nữa." Nếu mình có thể nói với người thương của mình bằng ngôn ngữ như vậy thì người đó có cơ hội mở lòng ra. Khi đó, ta có thể áp dụng phương pháp lắng nghe với tâm từ bi và người thương của ta sẽ bớt khổ liền.

Nhà báo Hoàng Anh Sướng:

Tôi rất thích cách lắng nghe này. Có điều, làm thế nào để trong suốt thời gian lắng nghe ấy, ta vẫn duy trì được năng lượng thương yêu, tâm ta không bị xao nhãng, mệt mỏi hay buồn giận? Và làm thế nào để ta có thể cho họ những lời khuyên đúng đắn?

Thiền sư Thích Nhất Hạnh:

Trong quá trình lắng nghe, có thể lời nói của người kia vẫn còn chứa nhiều tri giác sai lầm và chất liệu trách móc, chua chát làm phát khởi tâm hành nóng giận và bực bội trong ta. Ta sẽ đánh mất khả năng lắng nghe với tâm từ bi của mình. Đó là lý do tại sao trong suốt quá trình lắng nghe, ta phải luôn nắm lấy hơi thở và tự nhắc mình rằng: "Hôm nay, mình lắng nghe chỉ với mục đích duy nhất là giúp người kia có dịp nói ra những niềm đau trong lòng để giúp họ bớt khổ." Nếu làm được như vậy thì ta sẽ có thể tiếp tục duy trì năng lượng thương yêu trong suốt buổi và những gì người kia nói không thể làm phát khởi tâm hành buồn giận và khó chịu trong ta. Ta quyết tâm không ngắt lời người đó. Ta tự dặn mình rằng có thể ba, bốn ngày sau ta sẽ cung cấp cho người ấy thêm một số thông tin để giúp họ điều chỉnh tri giác của mình. Còn bây giờ là lúc ta chỉ thực tập lắng nghe thôi.

Tăng thân Làng Mai đã tổ chức rất nhiều khóa tu chánh niệm ở châu Âu và châu Mỹ. Chúng tôi luôn hướng dẫn phương pháp thực tập lắng nghe với tâm từ bi và sử dụng ngôn từ hòa ái. Phương pháp này đã giúp rất nhiều cặp vợ chồng hàn gắn lại với nhau. Vào ngày thứ năm của khóa tu, chúng tôi thường đề nghị các bạn thiền sinh sử dụng những gì họ đã học được ở khóa tu để hàn gắn lại quan hệ giữa họ với những người khác. Và luôn luôn có những điều mầu nhiệm xảy ra khi họ áp dụng phương pháp này. Với ngôn từ hòa ái và khả năng lắng nghe sâu, chúng ta có thể nối lại sự truyền thông giữa mình với mọi người. Nếu người mà ta muốn làm lành không có mặt trong khóa tu thì ta có thể sử dụng điện thoại. Nhiều người đã báo cáo lại với tôi rằng, bằng cách thực tập phương pháp này, họ đã gọi điện và hòa giải được với cha, con hoặc vợ, chồng của họ.

Tu tập chánh niệm là một cách tuyệt hảo để chấm dứt chiến tranh

"... Lắng nghe sâu và nói lời ái ngữ là phép thực tập chánh niệm thứ tư. Lắng nghe sâu cần niệm, định và lòng từ bi. Không có từ bi ta sẽ không nghe rốt ráo người khác. Khi ta biết lắng nghe, người kia sẽ đỡ khổ nhiều lắm, rồi ta nên dùng ái ngữ để chuyển tải cái thấy sâu sắc của ta cho người kia. Với sự tu tập Giới thứ tư, ta có thể tái lập truyền thông và đem hạnh phúc lại cho gia đình. Với sự thực tập lắng nghe sâu và những lời khiêm cung ái ngữ, các phe lâm chiến có thể đến với nhau dễ hơn. Tôi mong rằng, những vị lãnh đạo tâm linh phải giúp các vị lãnh đạo chính trị về phương diện này. Họ phải làm việc tay trong tay thì mới tìm ra giải pháp hòa bình cho hai bên được..."

Nhà báo Hoàng Anh Sướng:

Thưa Thiền sư! Thời đại chúng ta đang sống có rất nhiều những kỳ thị, chia rẽ, bạo động và căm thù. Nhiều

cuộc xung đột chiến tranh đẫm máu đã và đang xảy ra
mà nguyên nhân chủ yếu thường bắt đầu từ sự thiếu
truyền thông giữa các bên. Những vấn đề này liệu có thể
chuyển hóa, giải quyết bằng sự thực tập lắng nghe sâu và
sử dụng ngôn từ hòa ái?

Thiền sư Thích Nhất Hạnh:

Chúng ta có thể áp dụng những phương pháp Bụt
dạy để thúc đẩy hòa giải và mang lại sự hòa hợp trên thế
giới. Tại Làng Mai, nước Pháp, chúng tôi đã từng tài trợ
cho các nhóm người Palestine và Israel đến Làng để thực
tập cùng với chúng tôi. Ban đầu, họ có rất nhiều khó
khăn khi thực tập bởi cả hai nhóm đều chứa đầy năng
lượng buồn giận và sợ hãi. Vì vậy, trong tuần đầu tiên,
chúng tôi chỉ giới thiệu với họ phương pháp trở về với
chính mình và ôm ấp năng lượng buồn giận, sợ hãi trong
con người họ. Đó chính là thực tập hơi thở quán niệm
thứ tám trong kinh "Quán niệm hơi thở": "Thở vào, tôi
làm cho các tâm hành trong tôi an tịnh. Thở ra, tôi
làm cho các tâm hành trong tôi an tịnh." Chúng tôi chỉ cho
họ phương pháp buông bỏ những căng thẳng, niềm đau
trong cơ thể, cùng họ thực tập hơi thở có ý thức và đi
thiền hành để chế tác niềm vui và hạnh phúc. Sang tuần
thứ hai, cả hai nhóm đều được hướng dẫn phương pháp
thực tập lắng nghe với tâm từ bi. Chúng tôi đã mời nhóm
người Palestine nói lên những nỗi khổ, niềm đau mà họ

đã trải qua. Chúng tôi khuyên họ chỉ nói lên niềm đau của mình mà không trách móc hay buộc tội, để cho phía bên kia có thể lắng nghe và hiểu được họ. Nhóm người Israel chỉ ngồi yên và lắng nghe.

Họ không ngắt lời ngay cả khi họ nhận thấy có những tri giác sai lầm. Họ biết rằng sau này họ sẽ có dịp cung cấp thông tin để giúp cho người Palestine điều chỉnh lại nhận thức của mình.

Nhà báo Hoàng Anh Sướng:
Và kết quả thế nào, thưa Thiền sư?

Thiền sư Thích Nhất Hạnh:
Phương pháp lắng nghe này đã mang lại những kết quả thật kỳ diệu. Lần đầu tiên, phía bên này đã nhận ra là những người ở phía bên kia cũng chịu nhiều khổ đau không kém gì họ. Khi hiểu được như vậy thì tự nhiên lòng xót thương bắt đầu tràn ngập trong trái tim và họ bớt khổ ngay tức thì. Sau hai tuần thực tập, cả hai nhóm người Palestine và Israel đều cảm thấy vơi bớt rất nhiều khổ đau trong lòng. Đến tuần thứ ba, họ có thể chia sẻ với nhau và nắm tay nhau cùng đi thiền hành. Họ đã hứa rằng khi trở về Trung Đông, họ sẽ tổ chức những hoạt động để những người khác có thể đến và học cách chuyển hóa khổ đau. Ở Pháp, hầu như năm nào chúng tôi cũng tổ chức những khóa tu như vậy.

Nhà báo Hoàng Anh Sướng:

Sở dĩ các cuộc đàm phán về hòa bình phần lớn không mang lại kết quả tốt đẹp là vì các bên đàm phán thường không tiến hành theo phương pháp "lắng nghe để hiểu, nhìn lại để thương" mà Bụt đã chỉ bày?

Thiền sư Thích Nhất Hạnh:

Đúng vậy. Khi các bên bước vào bàn đàm phán về hòa bình, họ thường muốn bàn về vấn đề này ngay lập tức. Trong khi đó, các bên tham chiến vẫn còn mang đầy kỳ thị và căm thù. Với sự sợ hãi, giận dữ và nghi ngờ, họ không thể có niềm tin đối với nhau. Và vì vậy, các cuộc đàm phán thường lâm vào tình trạng khó khăn. Theo phương pháp của đạo Bụt, khi các bên bước vào đàm phán về hòa bình, chúng ta không nên để họ bàn vào vấn đề ngay lập tức mà nên dành hai hoặc ba tuần để các bên thực tập buông bỏ những căng thẳng trong thân và tâm, làm lắng dịu năng lượng sợ hãi, giận dữ trong họ. Ta có thể sử dụng bài thực tập thứ tám trong kinh "Quán niệm hơi thở". Chúng ta cần có những người nắm được hơi thở chánh niệm có mặt để yểm trợ, đóng góp năng lượng bình an và định tâm cho các bên xung đột. Và khi cả hai bên đều đã bình tĩnh hơn, lắng dịu hơn, chúng ta có thể mời họ thực tập lắng nghe nhau. Cả hai phía đều đã chịu quá nhiều khổ đau, dù họ thuộc phe thân chính phủ hay phe đối nghịch. Chúng ta cần ít nhất là một tuần hoặc mười ngày để họ có thể nói lên những khổ đau mà họ đã phải trải qua. Nếu cả hai phía đều hiểu được niềm đau của nhau thì họ sẽ vơi bớt khổ đau. Khi tình thương yêu, lòng xót thương phát khởi trong trái tim của những người tham gia xung đột thì việc tiến hành đàm phán để đi đến hòa bình sẽ dễ dàng hơn rất nhiều.

Nhà báo Hoàng Anh Sướng:

Tôi tin rằng, trái đất này sẽ không còn chiến tranh, xung đột đẫm máu nếu những vị lãnh đạo tinh thần có thể giúp mọi người phép tu tập chánh niệm này. Nếu chúng ta luyện cách lắng nghe thật sâu để hiểu và buông bỏ được những cái thấy chưa trọn vẹn của mình, nếu chúng ta tập nói lời nhẹ nhàng ái ngữ để giúp bên kia hiểu chúng ta hơn, làm được như vậy, thế giới này chỉ còn tràn ngập tình yêu thương, hòa bình và hạnh phúc.

Thiền sư Thích Nhất Hạnh:

Đúng vậy. Có những người biết nói ái ngữ trong chính trường. Tôi cho rằng ông Barack Obama rất có khả năng ấy. Chiến tranh ở Afghanistan có thể chấm dứt bằng lắng nghe sâu và nói lời ái ngữ. Người Taliban cũng là con người như chúng ta. Họ cũng yêu nước, thương dân, yêu giống nòi. Ta có thể nói chuyện với họ. Tổng thống Hoa Kỳ Obama có thể mời họ ăn chiều ở Nhà Trắng, đi thiền hành chung, chia sẻ cho họ thấy những khó khăn của Hoa Kỳ, nhờ họ giúp và giúp họ giải quyết vấn đề Afghanistan. Chúng ta cần những nhà lãnh đạo ngồi chung bên nhau như thế, không phải chỉ ngồi vào bàn để đàm phán mà dành thì giờ bên nhau như những người bạn, những người cùng tu tập làm đẹp cho hai dân tộc. Ở Làng Mai, chúng tôi luôn tu tập như vậy. Cùng nấu ăn, rửa dọn, cùng ngồi thiền và chia sẻ pháp đàm, cùng cho nhau biết và lắng nghe nỗi khổ, niềm đau của nhau. Tôi nghĩ một cuộc đàm phán hòa bình nên tổ chức như thế. Chương trình là phải sống chung vài tuần bên nhau, chia sẻ những khó khăn, xây dựng những liên hệ rất con người. Hiểu nhau, hiểu những khó khăn và nỗi khổ của nhau hơn. Như thế thì những thương thuyết hòa bình có thể đi sâu hơn và dễ thành công hơn.

Như vậy, với sự tu tập Giới thứ tư, ta có thể tái lập truyền thông và đem hạnh phúc lại cho gia đình. Với sự thực tập lắng nghe sâu và những lời khiêm cung ái ngữ, các phe lâm chiến có thể đến với nhau dễ hơn. Tôi mong rằng, những vị lãnh đạo tâm linh phải giúp các vị lãnh đạo chính trị về phương diện này. Họ phải làm việc tay trong tay thì mới tìm ra giải pháp hòa bình cho hai bên được. Chúng ta cần nhiều kiên nhẫn, từ bi mới mong giúp giải quyết được cho Iraq và Afghanistan. Tổng thống Obama nên đi Iraq và ở đó một vài tuần sống chung với tổng thống Iraq, hai người phải ăn chung, đi dạo chung, dừng lại, nhìn sâu, lắng nghe, tập mở lòng ra chia sẻ với nhau những khó khăn. Ta cần những vị lãnh đạo chính trị biết tu tập chánh niệm dừng lại và nhìn sâu như thế.

Nhà báo Hoàng Anh Sướng:

Để làm được điều đó, ta có cần phải là thành viên của một tôn giáo nào không, thưa Thiền sư?

Thiền sư Thích Nhất Hạnh:

Không cần. Ta có thể sống đời tâm linh mà không cần phải theo đạo nào. Chỉ cái cách ta uống trà thôi cũng diễn tả được nếp sống tâm linh của ta. Ta phải uống trà cách nào mà mọi người đều tỉnh ra, thế giới của buổi uống trà sáng ra, và hạnh phúc là một cái gì có thật lúc ấy. Ta không cần là Thượng Đế hay là tín đồ của một tôn giáo nào mới làm được việc đó. Sở dĩ ta không có thì giờ để làm việc ấy là vì lúc nào ta cũng đang chạy theo những ham muốn, cố làm thế nào để có thêm tiền, thêm quyền bính, thêm danh vọng bởi ta cứ nghĩ rằng, hạnh phúc đang nằm bên hướng ấy. Hạnh phúc chỉ có thể có bây giờ và ở đây thôi. Phép tu tập chánh niệm thứ tư là một cách tuyệt hảo có thể làm chấm dứt chiến tranh.

Thực tập đạo Phật là để buông bỏ những hận thù trong quá khứ

"... Đạo Phật đưa ra những phương tiện để tu tập, để học hỏi, để chuyển hóa bản thân chứ không phải là những lý thuyết để thờ phụng, để phát động những cuộc chiến đẫm máu. Vua A Dục ngày xưa sau khi thống nhất đất nước đã đi tu, yểm trợ cho các tôn giáo để các tôn giáo thống nhất nhân tâm. Vì thế, vua A Dục đã thống nhất được nhân tâm sau khi thống nhất lãnh thổ. Chúng ta nên học bài học đó. Áp dụng đạo Phật là để buông bỏ những hận thù trong quá khứ. Đó là một trong những thực tập mà ta có thể thực hiện ngay, thống nhất lòng người, ôm lấy nhau như đồng bào..."

Nhà báo Hoàng Anh Sướng:

Gần 40 năm qua, Thiền sư đã bỏ ra rất nhiều tâm huyết và công sức để chia sẻ sự thực tập đạo Phật với người Tây phương và người Mỹ. Nhờ vậy, đạo Phật ở các nước này phát triển rất nhanh và mạnh, được giới trẻ, giới trí thức hâm mộ nhiều. Tôi được biết, Thiền sư còn mở những khóa tu tập riêng cho giới doanh nhân, luật sư, giới diễn viên Hollywood, an ninh, giới bảo vệ môi trường, giáo chức, cựu chiến binh, văn nghệ sĩ, luật sư... Điều đó chứng tỏ đạo Phật đã thực sự đi vào cuộc sống hôm nay. Người Tây phương không cần phải quy y nhưng vẫn có thể thừa hưởng kho tàng tuệ giác của đạo Phật để tháo gỡ khó khăn trong đời sống nội tâm, tái lập lại truyền thông với những người khác, trong đó có gia đình, đồng nghiệp, đem lại hạnh phúc trong đời sống hàng ngày. Vậy Thiền sư có mở khóa tu riêng cho giới chính trị gia không? Họ đã tiếp nhận và vận dụng tinh thần của đạo Phật trong việc điều hành đất nước như thế nào?

Thiền sư Thích Nhất Hạnh:

Có. Tôi cũng đã tổ chức một số khóa tu cho giới dân biểu Quốc hội Hoa Kỳ và nhiều nước khác. Cách đây vài năm, tôi cũng đã gặp ngài Chủ tịch Quốc hội Ấn Độ. Chúng tôi đã bàn luận làm sao để xây dựng Quốc hội thành một đoàn thể mà ở đó mọi người lắng nghe nhau bởi trước đó, tôi nghe có những buổi đàm luận rất bạo động. Có lần, một dân biểu nổi cáu đến mức cầm ghế phang một dân biểu khác. Ở nước ngoài, một dân biểu thường thuộc về một đảng và phải nói theo đường lối của đảng mình nên họ không được hoàn toàn tự do nói kinh nghiệm sâu sắc của mình khi phát biểu. Nếu mình dùng ngôn từ nặng nề thì sẽ làm phía bên kia nổi giận lên, rồi chửi mắng lại. Như vậy là không có ái ngữ, không có lắng nghe. Trong khi đó, dân biểu phải hiểu rằng dân chúng bầu mình lên là để lắng nghe và để chia sẻ kinh nghiệm, tuệ giác của mình, học hỏi nhau để có thể làm ra những đạo luật, đi tới những quyết định đúng đắn nhất, mang lại hạnh phúc cho dân, cho nước.

Tôi đã đề nghị với ông Chủ tịch Quốc hội Ấn Độ rằng: trước mỗi buổi họp Quốc hội, mọi người nên đọc một bài quán niệm, thực hành một bài thiền, đọc một đoạn văn về bổn phận của người dân biểu. Do đó, trong phiên họp này, mọi người phải lắng nghe nhau, sử dụng ngôn từ hòa ái, đừng tức giận, đừng buộc tội, đừng chua chát, đừng lên án nhau. Ông chủ tịch của buổi họp nên có một cái chuông. Mỗi khi thấy không khí của buổi họp căng thẳng, nóng bỏng, tranh chấp thì ông có thể thỉnh một tiếng chuông cho mọi người thở vào, thở ra cho đến khi nào không khí căng thẳng lắng xuống thì mới tiếp tục phát biểu. Ngài Chủ tịch Quốc hội Ấn Độ rất thích thú với đề nghị này. Mười ngày sau, ông đã cho xây dựng ủy ban đạo đức để lo lắng cho Quốc hội. Ngài có mời tôi trở về để nói chuyện với toàn Quốc hội về ái ngữ và lắng nghe nhưng tôi đã không có cơ hội trở lại. Sau này, ngài Chủ tịch Quốc hội đã trở thành Tổng thống của Ấn Độ.

Nhà báo Hoàng Anh Sướng:

Lịch sử Việt Nam là lịch sử của 4.000 năm dựng nước và giữ nước, của những cuộc kháng chiến hiển hách, oai hùng chống giặc ngoại xâm. Trong khói lửa chiến tranh, tinh thần đoàn kết toàn dân sáng ngời hơn bao giờ hết. Theo Thiền sư, đạo Phật đã đóng góp gì vào tinh thần đoàn kết, yêu thương ấy?

Thiền sư Thích Nhất Hạnh:

Đạo Phật ngày xưa giúp đất nước nhiều lắm. Học giả Hoàng Xuân Hãn đã nói: Đạo Phật giúp đời Lý - một triều đại thuần từ nhất trong lịch sử, khi từ vua quan tới dân đều thực tập đạo Phật. Đời Trần cũng vậy. Sau khi chiến thắng quân Nguyên Mông, quan quân có đệ trình lên vua Trần Thánh Tông một hòm tài liệu của một số nha lại đã liên lạc với giặc. Nhưng vua Trần Thánh Tông đã đem hòm tài liệu đốt trước mặt bá quan để yên lòng trăm họ bởi chúng ta đã giành được độc lập, đẩy lui được quân thù thì cần nhất bây giờ là đoàn kết quốc gia. Đó là hành động phát sinh từ tuệ giác của đạo Phật.

Hiện giờ, ta cũng có thể học theo những hành động như thế. Cố nhiên, ở một vài giai đoạn lịch sử, trong chiến tranh, chúng ta đã bị chia rẽ, có những ý thức hệ đối chọi nhau, có những nhận thức khác nhau. Chúng ta phải làm thế nào để buông bỏ thái độ đó đi. Đừng cho rằng chỉ có lý thuyết của chúng tôi là đúng còn mọi lý thuyết khác đều sai lầm hết. Thái độ bám vào một chủ thuyết, không bao dung đó sẽ tiếp tục làm cho dân ta khổ.

Giới luật Tiếp hiện của chúng tôi có đưa ra tinh thần đạo Phật là không thờ phụng bất cứ một chủ nghĩa nào, một lý thuyết nào, kể cả đó là lý thuyết Phật giáo. Đạo Phật đưa ra những phương tiện để tu tập, để học hỏi, để chuyển hóa bản thân chứ không phải là những lý thuyết để thờ phụng, để phát động những cuộc chiến đẫm máu. Tôi nghĩ thái độ đó rất cần thiết. Vua A Dục ngày xưa sau khi thống nhất đất nước đã đi tu, yểm trợ cho các tôn giáo để các tôn giáo thống nhất nhân tâm. Vì thế, vua A Dục đã thống nhất được nhân tâm sau khi thống nhất lãnh thổ. Chúng ta nên học bài học đó. Áp dụng đạo Phật là để buông bỏ những hận thù trong quá khứ. Đó là một trong những thực tập mà ta có thể thực hiện ngay, thống nhất lòng người, ôm lấy nhau như đồng bào.

Nhà báo Hoàng Anh Sướng:

Thiền sư là người thành lập dòng tu tiếp hiện, hành trì theo lý tưởng "Đạo Phật đi vào cuộc đời", vậy cá nhân Thiền sư đã có những hành động cụ thể nào để xóa bỏ những hận thù, hiềm tị, đau khổ trong quá khứ, góp phần gắn kết khối đại đoàn kết dân tộc giữa cộng đồng người Việt và người Việt, giữa người Việt và cộng đồng thế giới?

Thiền sư Thích Nhất Hạnh:

Năm 2008, khi tôi và tăng thân Làng Mai về Việt Nam lần thứ 2, được phép của Thủ tướng Chính phủ, chúng tôi đã tổ chức 3 đại trai đàn chẩn tế cầu siêu bình đẳng giải oan cho người Bắc, người Nam, cho người cộng sản và cả cho người chống cộng sản. Đó là tuệ giác của Nhà nước Việt Nam. Đó là lần đầu tiên người cộng sản và những người chống cộng sản được ôm lấy nhau để cùng khóc thương, cầu nguyện cho 6 triệu người chết, trong đó có bao người chết oan. Thực tập đó theo đúng tinh thần đạo Phật, buông bỏ những hận thù, bực bội, khổ đau trong quá khứ, đóng góp vào sự thống nhất lòng người. Công việc đó cần phải được tiếp tục, mọi giới đều phải đóng góp vào. Ba trai đàn chẩn tế cũng chỉ là sự bắt đầu. Tôi được biết nhiều vị thượng tọa, đại đức cũng đã và đang tổ chức những trai đàn như vậy ở các địa phương. Đó là sự tiếp nối. Chúng tôi nghĩ rằng những công việc như thế rất quan trọng, bởi thống nhất lòng người là điều căn bản. Tôi nghĩ hiện chúng ta có điều kiện làm việc đó. Những người Phật tử hiện đại hóa, làm mới được đạo Phật thì đạo Phật đóng góp được rất nhiều trong sự nghiệp thống nhất lòng người.

Nhà báo Hoàng Anh Sướng:

Nhưng trong suốt thời gian hai tháng ở Mỹ, đây đó tôi vẫn nhìn thấy những ngọn lửa hờn giận, căm thù còn âm ỷ cháy trong lòng một số người Việt. Thiền sư có cách nào giúp họ dập tắt, chuyển hóa được ngọn lửa ấy?

Thiền sư Thích Nhất Hạnh:

Chúng tôi đã giúp được rất nhiều người Việt ở Hoa Kỳ thoát khỏi ngục tù của quá khứ. Nhưng cũng nhiều người rất khó vượt qua vì trong quá khứ họ có những chức vị, quyền lợi và họ không thể chấp nhận được việc họ bị mất đi những chức vị, quyền lợi ấy. Họ trở nên hận thù. Cả những Phật tử cũng trở thành đối tượng hận thù của họ. Họ có thể chửi mắng, bôi nhọ... Riêng về phần chúng tôi, chúng tôi không đau khổ gì hết mà chỉ thấy tội nghiệp cho họ. Vì bản thân họ bị quá khứ giam hãm nên họ không biết sống hạnh phúc trong hiện tại, do đó họ không có tương lai. Nếu họ cứ ôm khư khư cái hận thù thì họ rất đáng tội nghiệp. Chúng tôi chỉ làm tối đa những gì có thể làm được, còn có lẽ phải nhờ một sự kì diệu nào đó, một ngày họ sẽ nhận ra thì đó là hạnh phúc của họ và đó chính là sự giác ngộ.

Với tuệ giác vô phân biệt và bất nhị, ta sẽ không còn coi ai là kẻ thù nữa

"... Mỗi người cần có một đường hướng tâm linh trong cuộc sống của mình. Không có hướng đi tâm linh trong cuộc đời, chúng ta không thể xử lý được những khó khăn gặp phải. Chúng ta phải biết sống một đời sống tâm linh, một đời sống có giáo pháp. Chúng ta phải học cách đưa giáo pháp vào sự thực tập. Và với cách thức thực tập đó, chúng ta có thể giải quyết được những khó khăn mà ta gặp phải trong đời sống hàng ngày..."

Nhà báo Hoàng Anh Sướng:

Khi đau khổ ta thường nghĩ rằng khổ đau của mình là do người khác gây ra nên chúng ta thường trách móc, hờn giận, thậm chí căm thù và muốn trừng phạt họ. Nhưng khi thực tập hơi thở có ý thức và nhìn sâu vào nỗi khổ, niềm đau của người đó, ta sẽ thấy rằng: họ cũng chỉ là nạn nhân của chính khổ đau trong lòng họ. Nhiều người trong chúng ta không biết cách xử lý khổ đau cho nên chúng ta luôn gây khổ đau cho chính bản thân và cho những người xung quanh. Đó cũng chính là nguồn cơn của những bạo động, căm thù, của máu và nước mắt.

Thiền sư Thích Nhất Hạnh:

Những người như vậy chưa từng có cơ hội được nghe giáo pháp của Đức Thế tôn để biết cách lắng nghe sâu và hiểu được khổ đau của chính mình. Chúng ta là người đã biết về pháp môn và đã thực tập, vì vậy, ta sẽ là người đầu tiên giúp họ. Khi quán chiếu một cách sâu sắc, ta thấy rằng: người đó đang có đầy khổ đau trong lòng và không biết phải xử lý như thế nào. Họ đang là nạn nhân của khổ đau nơi chính mình. Bởi vậy, họ cần được giúp đỡ chứ không đáng bị trừng phạt. Nếu chúng ta có thể hiểu được khổ đau của chính mình và của người khác thì ta sẽ không còn có ý định trừng phạt ai cả mà chỉ muốn giúp đỡ họ mà thôi.

Nhà báo Hoàng Anh Sướng:

Trở lại việc hàn gắn quan hệ giữa hai nhóm người Palestine và Israel mà Thiền sư đã tổ chức rất thành công tại Làng Mai. Thiền sư đã rút ra được bài học gì?

Thiền sư Thích Nhất Hạnh:

Chúng tôi đã học hỏi được rất nhiều khi giúp những người Palestine và Israel xích lại gần nhau. Tôi tin rằng khi sử dụng những giáo lý và phương pháp Bụt dạy, chúng ta có thể giúp mọi người hòa giải với nhau, đóng góp vào sự hòa hợp và thống nhất của quốc gia. Trong đạo Bụt, có một giáo lý gọi là vô phân biệt. Theo giáo lý này, trong tình thương chân thật không còn tồn tại bất kỳ sự phân biệt nào. Khổ đau, hạnh phúc của mình cũng là khổ đau, hạnh phúc của người. Trong tình thương chân thật, không còn tồn tại hạnh phúc, khổ đau của cá nhân. Khi tôi nhìn vào bàn tay phải, tôi có thể thấy trí tuệ vô phân biệt. Bàn tay phải của tôi chưa bao giờ kỳ thị bàn tay trái bởi nó đã vượt thoát khỏi những mặc cảm hơn, kém và bằng. Bàn tay phải đã giúp tôi viết các bài thơ, viết thư pháp. Tuy vậy, bàn tay phải không cảm thấy mình quan trọng hơn bàn tay trái. Nó chưa bao giờ nói: "Tay trái, anh chẳng có ích lợi gì cả. Hãy nhìn tôi đây, tôi đã viết tất cả những bài thơ này." Còn bàn tay trái cũng chẳng cảm thấy mặc cảm gì cả. Đó là lý do tại sao bàn tay trái của tôi không hề khổ đau tí nào. Cả hai bàn tay tôi luôn sống chung với nhau rất hòa hợp.

Một ngày nọ, tôi đang tìm cách treo một bức tranh lên tường. Bàn tay trái của tôi cầm một cây đinh và tay phải tôi cầm một cái búa. Do không khéo léo, tay phải cầm búa đã đập vào một ngón tay của bàn tay trái. Ngay lúc đó, bàn tay phải hạ búa xuống và ôm lấy bàn tay trái mà không hề có sự phân biệt, kỳ thị nào. Bởi vì nỗi đau của bàn tay trái cũng là nỗi đau của bàn tay phải. Tay trái của tôi hiểu được điều đó cho nên nó không hề giận bàn tay phải. Nó không nói rằng: "Tay phải, anh đã làm cho tôi đau. Tôi phải đòi lại công bằng. Đưa búa đây cho tôi!" Bàn tay phải đã nhìn thấy bàn tay trái trong chính mình và ngược lại. Đó chính là trí tuệ vô phân biệt, là tuệ giác bất nhị.

Có một cách nhìn gọi là cách nhìn tương tức. Khi nhìn vào một bông hoa, ta sẽ thấy bông hoa được làm từ những yếu tố không phải là hoa. Nhìn thật sâu vào bông hoa, ta sẽ thấy được ánh nắng mặt trời. Vì nếu không có ánh nắng mặt trời thì bông hoa không thể sống được. Nhìn sâu vào bông hoa ta còn thấy những đám mây. Vì nếu không có mây thì sẽ không có mưa và hoa sẽ không thể sống được nếu thiếu nước. Nếu chúng ta lấy đi tất cả những yếu tố không phải là bông hoa thì bông hoa không thể nào tồn tại được. Do vậy ta có thể nói: Bông hoa được làm từ những yếu tố không phải là hoa.

Nhà báo Hoàng Anh Sướng:

Tôi đã từng nghe nhiều giảng sư Phật giáo giảng dạy về giáo lý tương tức bằng những từ ngữ rất trừu tượng nên thú thực, càng nghe tôi càng không hiểu. Nhưng giờ đây, Thiền sư đã giúp cho tôi hiểu một cách tường minh sự tương tác tuyệt vời giữa các sự vật, hiện tượng, con người trong vũ trụ, trong đời sống. Cách nhìn này sẽ giúp đỡ chúng ta nhiều lắm.

Thiền sư Thích Nhất Hạnh:

Ta cũng có thể sử dụng cách nhìn đó khi nhìn vào đạo Bụt. Đạo Bụt là một đóa hoa rất đẹp và được hình thành từ những yếu tố không phải là đạo Bụt. Thực tập đạo Bụt, ta có thể tiếp cận được với trí tuệ của tất cả các truyền thống khác. Đó là lý do tại sao đạo Bụt hoàn toàn không mang tính chủ thuyết, không phải là một đức tin để tôn thờ và bảo vệ.

Khi trồng hoa sen, ta cần phải có bùn. Khi nhìn vào hoa sen, chúng ta nhìn thấy những yếu tố không phải là hoa sen. Bùn là một trong những yếu tố đó nhưng lại vô cùng cần thiết để hoa sen có thể biểu hiện được. Khổ đau của chúng ta có thể xem là bùn và hạnh phúc có thể ví như hoa sen. Giữa hạnh phúc và khổ đau có một mối liên hệ mật thiết và sâu sắc. Chúng ta sẽ có được trí tuệ vô phân biệt khi chúng ta nhìn sâu vào tự tánh của hoa sen. Khi chúng ta nhìn thấy yếu tố bùn trong hoa sen, ta sẽ không còn kỳ thị đối với bùn nữa.

Cũng như vậy, khi nhìn vào một người con, ta sẽ thấy người cha. Đứa con là sự tiếp nối của người cha, ta không thể lấy yếu tố cha ra khỏi con được. Đó là lý do tại sao khi nhìn sâu vào đứa con, ta có thể thấy người cha và ngược lại. Sáng nay, chúng tôi đã hướng dẫn buổi thiền tập quán chiếu vào gia đình mình: "Thở vào tôi thấy cha tôi lúc mới lên năm, yếu đuối và mong manh. Tôi mỉm cười với đứa bé lên năm (vốn là cha tôi) với lòng từ bi." Cái cách quán chiếu như vậy có thể giúp ta tiếp xúc với cái sự thực của vô ngã với các yếu tố không phải là ta đang nằm trong ta. Khi ta thấy được cha có những yếu tố bị xâm nhập từ tuổi thơ - không phải là cha - khiến cha dữ dằn, bạo động như thế thì ta sẽ hiểu và thương được cha, dù cha có tệ bạc. Và ta cũng thấy được cha đang có mặt trong từng tế bào trong ta với những khổ đau, những tập khí và cả những tài năng. Thực tập như vậy sẽ đem tới tuệ giác tương tức, tuệ giác vô ngã rất cụ thể. Nó sẽ giúp ta thoát khỏi giận hờn, oán trách cha mà ngược lại, ta còn biết tri ân cha... Đó là lý do tại sao tinh thần vô phân biệt trong đạo Bụt lại vô cùng quan trọng cho một nền hòa bình trên thế giới. Với tuệ giác vô phân biệt và bất nhị, ta sẽ không còn coi ai là kẻ thù nữa. Ta sẽ thấy rằng những người làm ta khổ cần được giúp đỡ, chứ không đáng bị trừng phạt.

Nhà báo Hoàng Anh Sướng:

Đạo Bụt là một di sản vô giá đã được trao truyền cho chúng ta từ bao nhiêu thế hệ đi trước. Nếu chúng ta biết thực tập theo tinh thần vô phân biệt thì ta có thể đóng góp rất lớn vào sự hòa hợp và hòa giải trong các quốc gia và trên thế giới?

Thiền sư Thích Nhất Hạnh:

Đúng thế. Những giáo lý và phương pháp thực tập của đạo Bụt vẫn còn mang tính thực tiễn đối với thế giới hiện đại ngày nay. Chúng ta cần học hỏi và thực tập đạo

Bụt để có thể phát triển tuệ giác vô phân biệt và bất nhị trong ta. Nếu chúng ta biết áp dụng sự thực tập chánh niệm vào đời sống hàng ngày thì chúng ta có thể tạo ra hạnh phúc ngay bây giờ và ở đây. Nếu ta biết thực tập lắng nghe với tâm từ bi và sử dụng ngôn từ hòa ái, ta có thể tái lập sự truyền thông và mang lại hòa bình cho đất nước của chúng ta cũng như cho thế giới này.

Xã hội bây giờ có nhiều người tự tử vì họ không có khả năng thương yêu

"… Trong cuộc sống có những chàng trai, cô gái rất cô đơn. Đôi khi họ ngồi nói chuyện với chính mình, nói chuyện với cái bóng của mình rất là tội nghiệp. Mà họ đâu phải là không đẹp trai, xinh gái. Họ cô đơn tại vì cái tánh xấu, không biết lắng nghe, không biết nói ái ngữ, có nhiều đam mê, nhiều tật xấu, nhiều bạo động trong người. Họ không nói chuyện được với mọi người nên họ phải mua con chó, con mèo để nuôi, để trò chuyện. Họ mua những hộp thức ăn đắt tiền và trút tất cả tình thương cho chúng. Thương con chó, con mèo dễ hơn thương con người vì đôi khi mình nói tầm bậy tầm bạ, con mèo nó không có giận. Tội nghiệp như vậy đó…"

Nhà báo Hoàng Anh Sướng:

Có một thông tin mà khi Thiền sư chia sẻ đã khiến tôi giật mình và bị ám ảnh. Đó là hàng năm ở Pháp, có khoảng 12.000 thanh niên tự tử vì rơi vào tình trạng tuyệt vọng. Ở Việt Nam, hiện chưa có con số thống kê chính xác về số lượng người tự tử hàng năm. Nhưng qua thông tin trên báo chí, tôi tin, số lượng người tự tử cũng rất lớn. Tôi thực sự rất hoang mang, không hiểu tại sao ở cái tuổi trẻ đầy nhựa sống, khát vọng và đam mê, nhiều người lại tự hủy hoại sự sống quý báu, tìm đến cái chết dễ dàng như thế?

Thiền sư Thích Nhất Hạnh:

Xã hội bây giờ có nhiều người tự tử, trong đó, có rất nhiều người trẻ vì họ không có khả năng thương yêu. Thương yêu trước hết là thương yêu cuộc đời. Cuộc đời ở trong cơ thể mình, trong trái tim mình, ở xung quanh mình. Chán đời thì không sống được. Vì vậy, chúng ta phải thực tập "yêu đời." Sự sống là một cái gì rất quý giá. Ở Pháp, mỗi ngày có khoảng ba chục thanh niên, thiếu nữ tự tử. Ở Anh, Nhật, Mỹ, số người tự tử còn nhiều hơn. Có người nhảy từ tòa cao ốc hai ba chục tầng xuống để chết, rất thương tâm. Họ không có khả năng xử lý những nỗi khổ, niềm đau trong lòng. Đó là những cảm thọ khó chịu, những cảm xúc mạnh của giận hờn, tuyệt vọng...

Nhà báo Hoàng Anh Sướng:

Thế hệ trẻ bây giờ rất tài năng, có ý chí, nghị lực và khát vọng cống hiến. Họ dễ vượt qua những áp lực cuộc sống, chinh phục những đỉnh cao nghề nghiệp song nhiều bạn lại thường gục ngã trước những cú sốc tinh thần, tình cảm. Điều đó cho thấy để xử lý, chuyển hóa những nỗi đau tinh thần không hề dễ dàng. Đó chính là nguyên nhân dẫn đến những cái chết rất đáng tiếc và thương tâm. Thiền sư có giải pháp nào không?

Thiền sư Thích Nhất Hạnh:

Cảm xúc là một cái gì đến rồi đi. Tại sao mình lại phải chết vì một cảm xúc? Đó là tuệ giác cần phải có. Mình không phải chỉ là cảm xúc. Mình là hình hài, cảm thọ, tri giác, tâm hành, nhận thức. Khi biết điều này rồi, mình có thể học được phương pháp xử lý những cảm xúc mạnh.

Khi một cảm xúc mạnh tới, mình phải nhận diện nó. Giống như khi trời sắp có cơn dông, sẽ có những dấu hiệu nhận biết. Ta phải ngưng hết mọi chuyện để đối phó với cơn dông bão. Hãy ngồi hoặc nằm xuống để theo dõi hơi thở. Ngồi tư thế hoa sen, bán già, kiết già, hoặc nằm dài ra với hai tay buông xuôi dọc theo thân. Bắt đầu theo dõi hơi thở, để ý đến sự phồng xẹp của bụng. Hít vào thấy bụng mình phồng lên, thở ra thấy bụng mình xẹp xuống. Chỉ để ý tới điều đó thôi. Đừng suy nghĩ. Đừng để tâm mình trên đầu mà hãy kéo tâm xuống dần tới bụng, xuống tới rốn, rồi thấp hơn nữa, tới huyệt đan điền. Mình có thể đặt tay lên huyệt đan điền để cảm nhận sự phồng xẹp của bụng theo hơi thở. Phồng... xẹp, phồng... xẹp. Nếu làm được như vậy thì cơn bão tới một thời gian, 5 phút, 10 phút, nửa giờ rồi nó sẽ đi qua và mình sẽ không còn sợ nữa. Lần sau nó tới thì chỉ việc làm như vậy thôi. Cái đó gọi là deep breathing - thở sâu hay belly breathing - thở bụng, chứ không phải chỉ thở bằng phổi.

Nhà báo Hoàng Anh Sướng:

Nghĩa là chỉ để ý tới sự phồng xẹp của bụng, hoàn toàn chấm dứt sự suy nghĩ?

Thiền sư Thích Nhất Hạnh:

Đúng thế. Giống như lúc trời bão tố, mình thấy cái cây trước sân oằn oại trong gió bão. Nếu để ý ngọn cây, mình sẽ thấy cây rất mong manh và cảm giác cây có thể bị gãy. Song nếu để ý phần gốc, mình sẽ có cảm giác khác, thấy cội cây vững chãi với bao nhiêu rễ cắm sâu xuống lòng đất. Cơ thể mình cũng vậy. Phía đầu óc, não bộ chỉ là cái ngọn nên khi có cảm xúc lớn, đừng để tâm ở trên đó mà phải cho nó đi xuống, thân cây là bụng, gốc cây là đan điền. Ôm lấy chỗ đó thì rất là vững. Mình sẽ thở vào, thở ra và nhận diện sự phồng xẹp của bụng. Làm được như vậy thì chắc chắn cảm xúc lớn của mình không thể đẩy mình tới chuyện làm bậy và tự tử.

Nhà báo Hoàng Anh Sướng:

Phương pháp vượt bão, chống chọi với cơn bão lòng của Thiền sư quả là đơn giản mà hữu hiệu vô cùng. Nhưng vấn đề là làm sao khi bão đổ bộ, ập đến mà mình đủ bình tĩnh để nằm xuống, hít thở. Vì thường khi cơn bão lòng ập đến, nó sẽ tàn phá ngay lập tức, sẽ làm mình đau đớn, không còn tỉnh táo?

Thiền sư Thích Nhất Hạnh:

Phải thực tập điều đó ngay ngày hôm nay, khi cảm xúc mạnh chưa tới, nếu không thì lúc đó mình sẽ quên ngay. Mỗi ngày phải thực tập 5-10 phút phương pháp thở bụng, trong tư thế nằm cũng như tư thế ngồi. Sau vài ba tuần điều này sẽ thành thói quen. Một ngày nào đó khi cảm xúc mạnh tới thì tự nhiên mình nhớ thực tập và mình sẽ vượt qua cảm xúc đó một cách dễ dàng. Mình không sợ nó nữa, sẽ thách thức nó: tới đi, không sao hết, ta biết cách để xử lý ngươi.

Khi biết được điều này rồi, mình phải dạy cho con em mình. Nếu là giáo viên thì trong lớp học, mình cũng dành thời gian để trao truyền phương pháp này cho học sinh. Có nhiều vị giáo viên từng tu học ở Làng Mai đã về dạy cho học sinh của mình và giúp được cho các em rất nhiều. Các thầy, sư cô của Làng Mai ở khắp nơi đang tìm cách dạy cho các giáo viên nắm vững điều này và đem vào trường học để trao truyền cho sinh viên, học sinh.

Mình cần dạy cho người trẻ làm thế nào thở cho có ý thức và buông bỏ sự căng thẳng trong thân, tâm, dạy cho họ cách chế tác niềm vui, cách để nhận diện và ôm ấp niềm đau. Những điều này có thể trao truyền mà không cần có mầu sắc của Phật giáo, hoàn toàn là đạo đức học ứng dụng. Bởi nếu đưa vào trường học như một tôn giáo thì sẽ bị chống đối nhưng nếu mình đưa vào như một sự thực tập luân lý đạo đức thông thường thì có thể sẽ được chấp nhận.

Cách đây không lâu, tôi và một nhóm các sư thầy, sư cô Làng Mai có gặp ông Thống đốc bang California (Mỹ), đề nghị với ông ấy làm thế nào để có thể đưa sự thực tập này vào trường học, không những trường tư mà cả trường công. Hiện nay, có nhiều trường tư đã bắt đầu làm rồi. Hi vọng rằng ở Mỹ có thể bắt đầu từ tiểu bang này.

Nhà báo Hoàng Anh Sướng:
Vì sao Thiền sư lại đưa thực tập chánh niệm vào trường học khởi đầu từ tiểu bang California?

Thiền sư Thích Nhất Hạnh:
Vì ông Thống đốc bang California đã thực tập thiền cho nên trong khi gặp gỡ chúng tôi mới đề nghị như vậy.

Nhà báo Hoàng Anh Sướng:
So với thế hệ của chúng tôi ngày xưa, trẻ em bây giờ rất thông minh, khôn trước tuổi. Nhiều em tuy còn nhỏ,

chỉ 3 - 5 tuổi nhưng đã có cảm xúc rất mạnh, thậm chí đã có những đứa trẻ muốn tự tử. Liệu ta có thể áp dụng phương pháp thở bụng cho những đứa trẻ này?

Thiền sư Thích Nhất Hạnh:

Chúng ta hoàn toàn có thể áp dụng phương pháp thở bụng và giúp con em mình thực tập. Mình nói: "Con nắm tay mẹ và cùng thở với mẹ nhé. Có phải lúc hít vào, cái bụng mình phồng ra? Lúc thở ra, cái bụng mình xẹp xuống không? Phồng... xẹp..." Mình truyền năng lượng chánh niệm của mình cho con, giúp nó quên đi những tư tưởng, những cảm thọ đang tràn ngập trong đầu. Giống như thiền hướng dẫn ở Làng Mai mà các thầy, các sư cô làm, em bé nắm tay ba hoặc mẹ và ba mẹ truyền cho con sự vững chãi của mình. Hai cha con cùng hít vào, hai mẹ con cùng thở ra. *"Con biết không, cái giận, cái buồn đó đến rồi đi, nếu mình biết thở thì cái nào mình cũng vượt thắng được. Và đây, ba đang thở với con, ba giúp cho con. Có Bụt ở trong lòng mình, yểm trợ cho mình."* Mình thực tập với con thì mai mốt khi ở một mình, cảm xúc tới, nó sẽ nhớ và thực tập. Như vậy, mình cứu được cuộc đời nó. Phải dạy nó thực tập liền, đừng đợi.

Các khóa tu tại Âu châu, Mỹ châu, cách chúng tôi giúp là trao truyền cách thở cho cha mẹ, cho thầy cô giáo để họ chăm sóc và trao truyền lại cho con cái, cho người trẻ. Không cần đợi nhà nước, mình làm được gì thì làm. Bộ Giáo dục, các nhà chính trị chắc cũng thấy được những đau thương đó và họ cũng sẽ có cách của họ. Mình có cách của mình rồi thì mình cứ đem ra thực tập để giúp xã hội.

Hạnh phúc được tạo dựng bởi lòng từ bi và tình thương chân thực

"... Hạnh phúc chân thực chỉ có khi ta được hiểu, được thương và ta có khả năng hiểu, thương những người khác. Chúng ta hoàn toàn có thể sống hạnh phúc mà không cần có nhiều tiền bạc. Ở Làng Mai, chúng tôi đang chứng minh điều đó. Ở đây, các thành viên trong tăng thân không ai có nhà riêng, xe riêng, tài khoản riêng và cũng không có lương hàng tháng. Nhưng chúng tôi đâu có khổ. Chúng tôi rất hạnh phúc. Bạn thấy chúng tôi vui cười cả ngày. Đó là bởi vì chúng tôi sống trong sự hòa hợp và biết cách chế tác tình huynh đệ. Ngoài ra, chúng tôi thấy mình sống có ích và giúp được cho nhiều người bớt khổ. Chúng tôi thấy rằng, hạnh phúc được làm bởi lòng từ bi và tình thương chân thực. Vì vậy mà dù ta sống rất giản dị và tiêu thụ rất ít thì ta vẫn có thể hạnh phúc như thường..."

Nhà báo Hoàng Anh Sướng:

Tôi rất thích ý tưởng đưa phương pháp học tập chánh niệm vào trong nhà trường giống như môn đạo đức học ứng dụng mà Thiền sư và tăng thân Làng Mai đã triển khai ở nhiều nước trên thế giới như Mỹ, Anh, Pháp, Hồng Kông, Thái Lan, Ấn Độ, Bhutan... Trong những năm qua, Bộ Giáo dục và Đào tạo Việt Nam đã không ngừng đổi mới chương trình dạy và học, cải tiến cách thức giảng dạy và nâng cấp môi trường đào tạo. Theo Thiền sư, chúng ta có thể làm gì thêm nữa để đem lại cho học sinh, sinh viên một môi trường học tập tốt hơn?

Thiền sư Thích Nhất Hạnh:

Tôi muốn nói về những kỹ năng truyền thông. Chúng ta hiện nay đang ở trong tình trạng bị quá tải thông tin. Thông tin thì tràn ngập nhưng sự hiểu biết thì lại thiếu. Có nhiều thông tin không có nghĩa là chúng ta có thể hiểu được chính mình và hiểu được thực tại. Để hiểu được, chúng ta cần phải biết cách lắng nghe và sử dụng ái ngữ. Vì vậy, tôi đề nghị nhà trường nên tổ chức những khóa học về kỹ năng truyền thông để chỉ dẫn cho mọi người cách thức sử dụng ái ngữ và lắng nghe. Lắng nghe trước tiên là lắng nghe chính mình, bởi vì ai trong chúng ta cũng có những niềm đau, nỗi khổ. Khi hiểu được khổ đau của chính mình, ta mới có thể hiểu được khổ đau của người khác, cơn giận sẽ tan biến và tình thương trong tim ta ứa ra. Ta bắt đầu nhìn người đó bằng đôi mắt từ bi. Giọng nói không còn năng lượng trách móc, buộc tội nữa. Và người kia cũng sẽ bớt khổ liền khi đón nhận ánh mắt thương yêu đó. Sự truyền thông giữa ta và người kia có thể được nối lại một cách dễ dàng. Đó là sự thực tập chánh niệm về khổ đau, ý thức về khổ đau trong chính mình và khổ đau nơi người khác. Tôi nghĩ, người trẻ có thể học được điều này từ trường học và khi trở về nhà, các em sẽ hàn gắn lại mối liên hệ với cha, mẹ, anh chị em và gia đình, bạn bè.

Nhà báo Hoàng Anh Sướng:

Những năm gần đây, ở Việt Nam đã xảy ra rất nhiều vụ bạo lực học đường, gây rúng động dư luận. Điều đáng bàn là rất nhiều vụ bạo lực lại xảy ra giữa thầy và trò. Từ khi gặp Thiền sư, biết và tu tập theo pháp môn Làng Mai, tôi nghĩ rằng, thầy cô giáo cần phải dành thời gian để lắng nghe khổ đau của các học sinh, sinh viên. Bởi vì nếu học sinh có quá nhiều khổ đau thì thầy cô giáo sẽ rất khó truyền đạt kiến thức cho các em. Cho nên, việc giúp các em bớt khổ cũng giúp ích rất nhiều cho việc dạy và trao truyền kiến thức. Theo Thiền sư, chúng ta có thể tổ chức như thế nào để thầy cô giáo có cơ hội lắng nghe học trò của mình?

Thiền sư Thích Nhất Hạnh:

Nếu thầy cô giáo biết cách lắng nghe và hiểu được khổ đau của chính mình thì cũng có thể lắng nghe và hiểu được những khổ đau của học trò, giúp cho các em bớt khổ liền chỉ sau một giờ thực tập lắng nghe. Và rồi học trò cũng sẽ lắng nghe khi thầy cô giáo có khổ đau trong lòng. Bởi vì thầy cô giáo cũng có rất nhiều nỗi khổ, niềm đau. Nếu các em đã thấy và hiểu được khổ đau của thầy cô giáo thì sự truyền thông sẽ trở nên dễ dàng, và như vậy, việc dạy và học sẽ tốt hơn. Chúng tôi đã khám phá ra điều này nhờ vào kinh nghiệm có được khi đào tạo các giáo viên về chánh niệm. Tôi nghĩ chúng ta có thể đưa sự thực tập này vào nội dung đào tạo dành cho các giáo viên của trường. Muốn tốt nghiệp khóa học này, các giáo viên không chỉ nắm lý thuyết mà còn phải thực tập lắng nghe khổ đau của chính mình và khổ đau của những người xung quanh. Đây là một sự thực tập rất hay. Và nó luôn luôn có hiệu quả. Có những người chỉ tham dự khóa tu với chúng tôi trong vòng năm ngày và khi về nhà, người đó đã có thể hòa giải với vợ, chồng hoặc con cái của mình. Phép lạ của sự hòa giải là điều luôn xảy ra trong các khóa tu ở Làng Mai. Vì vậy, nếu các trường đại học có những khóa đào tạo về ái ngữ và lắng nghe thì sự chuyển hóa và trị liệu sẽ xảy ra ngay trong trường. Khi đã thành công ở trường học, chúng ta có thể mở rộng ra và đem sự thực tập đến với gia đình và toàn xã hội. Đó là mong ước của chúng tôi. Cũng vì lý do này mà các vị giáo thọ của Làng Mai đã và đang tổ chức rất nhiều khóa đào tạo cho thầy cô giáo và các bậc phụ huynh với mong muốn đem sự thực tập đến với mọi người, mọi thành phần trong xã hội.

Nhà báo Hoàng Anh Sướng:

Hiện nay ở Việt Nam đang xảy ra tình trạng nhiều người trẻ sau khi tốt nghiệp đại học không tìm được việc làm. Điều này khiến cho giới trẻ luôn sống trong trạng thái bất an và nhiều buồn giận. Xin Thiền sư chia sẻ tuệ giác của mình để giúp cho họ có thể đối diện với hoàn cảnh khó khăn hiện nay và tìm lại được niềm vui sống.

Thiền sư Thích Nhất Hạnh:

Những người thất nghiệp chắc chắn là khổ rồi nhưng tôi thấy ngay cả những người có việc làm cũng vẫn khổ như thường. Vì vậy, khổ đau không phải là vấn đề riêng của những người thất nghiệp. Trong tăng thân Làng Mai, nhiều sư thầy, sư cô đã từng có công ăn việc làm rất tốt nhưng họ đã từ bỏ tất cả. Tôi nghĩ, chúng ta phải nói với người trẻ về hạnh phúc chân thực là gì? Vì nhiều người nghĩ rằng, hạnh phúc được làm bởi tiền tài, danh vọng, địa vị, sắc dục... Và nếu không đạt được những thứ đó thì họ khổ. Nhưng chúng ta thử nhìn xem, trong xã hội có nhiều người đã có đầy đủ những thứ đó nhưng vẫn tiếp tục khổ đau, thậm chí có nhiều người còn tự tử. Bởi vậy, theo tôi, hạnh phúc chân thực chỉ có khi ta được hiểu, được thương và ta có khả năng hiểu, thương những người khác. Chúng ta hoàn toàn có thể sống hạnh phúc mà không cần có nhiều tiền bạc. Ở Làng Mai, các thành viên trong tăng thân không ai có nhà riêng, xe riêng, tài khoản riêng, thậm chí không có lương hàng tháng. Nhưng chúng tôi đâu có khổ. Chúng tôi sống rất hạnh phúc, vui cười cả ngày. Đó là bởi chúng tôi sống trong sự hòa hợp và biết cách chế tác tình huynh đệ. Ngoài ra, chúng tôi thấy mình sống có ích và giúp được cho nhiều người bớt khổ. Chúng tôi thấy rằng hạnh phúc được tạo dựng bởi lòng từ bi và tình thương chân thực. Vì vậy mà dù ta sống rất giản dị và tiêu thụ rất ít thì ta vẫn có thể sống hạnh phúc như thường.

Tôi nhớ, trong một buổi nói chuyện với các học giả, các nhà lý luận theo chủ nghĩa Mác-xít tại Học viện chính trị quốc gia Hồ Chí Minh ở Hà Nội, tôi có chia sẻ với họ về nếp sống ở Làng Mai: Chúng tôi không ai có tài khoản riêng, nhà riêng, thậm chí không có điện thoại riêng, máy vi tính riêng, cũng không có lương hàng tháng, và tôi nói rằng: "Chúng tôi mới là những người cộng sản thứ thiệt!" Tất cả mọi người có mặt ở đó đều cười lớn. Bởi vì đó là sự thật mà ai cũng thấy. Vì vậy, theo tôi, điều quan trọng là chúng ta cần thay đổi quan niệm về hạnh phúc. Mỗi người trong chúng ta đều có một ý niệm về hạnh phúc và ý niệm đó có thể là trở ngại chính ngăn chúng ta tiếp xúc với hạnh phúc chân thực. Nếu chúng ta chưa tìm được việc làm thì chúng ta vẫn có thể sống một cách đơn giản, tiêu thụ ít lại nhưng vẫn có thể hạnh phúc hơn nhiều người đang có rất nhiều tiền bạc, địa vị và quyền lực trong xã hội. Đó là lý do vì sao công tác giáo dục đóng vai trò rất quan trọng. Chúng ta cần đưa những nội dung như nghệ thuật xử lý khổ đau và chế tác hạnh phúc vào giảng dạy tại trường học. Điều này rất quan trọng. Các thầy cô giáo là những người cần phải nắm cho được nghệ thuật chế tác hạnh phúc và xử lý khổ đau rồi sau đó mới trao truyền lại cho các sinh viên của mình. Chúng ta cần phải bắt đầu với các giáo viên trước. Thầy cô giáo hạnh phúc thì học trò cũng sẽ hạnh phúc và thế giới này cũng nhờ đó mà trở nên tốt đẹp hơn.

Đạo Bụt cống hiến các phương pháp để có thể chuyển hóa triệu chứng béo phì

Quán niệm trước khi ăn

1. Thức ăn này là tặng phẩm của đất trời, của muôn loài và công phu lao tác.

2. Xin nguyện ăn trong chánh niệm và với lòng biết ơn để xứng đáng thọ nhận thức ăn này.

3. Xin nhớ nhận diện và chuyển hóa những tật xấu, nhất là tật ăn uống không có chừng mực.

4. Chỉ xin ăn những thức có tác dụng nuôi dưỡng và ngăn ngừa tật bệnh.

5. Vì muốn nuôi dưỡng tình huynh đệ, xây dựng tăng thân và chí nguyện độ đời nên thọ nhận thức ăn này.

Nhà báo Hoàng Anh Sướng:

Thưa Thiền sư! Cùng với tình trạng tự tử đang diễn ra hàng ngày ở khắp mọi nơi, loài người hiện nay đang phải đối diện với tình trạng béo phì - một vấn nạn về sức khỏe đáng báo động. Được biết, cùng với tiến sĩ ngành dinh dưỡng học Lilian Chengung, Thiền sư là đồng tác giả cuốn sách nổi tiếng "Savor: Ăn trong chánh niệm, sống trong tỉnh thức" với những hướng dẫn chi tiết, cụ thể các phương thức để thay đổi thói ăn tật uống không lành mạnh. Thiền sư có suy nghĩ gì trước thực trạng béo phì đáng báo động này?

Thiền sư Thích Nhất Hạnh:

Chúng ta đang sống trong một thời kỳ chưa từng có tiền lệ trong lịch sử. Nhìn vào thực trạng ở mức độ toàn cầu, chúng ta có thể nhận thấy rằng, số lượng người mắc chứng béo phì (thừa cân) lại đông đảo hơn so với số người đói và thiếu ăn (không tiêu thụ đủ lượng dinh dưỡng cần thiết). Các nhà khoa học đã cảnh báo rằng, nếu chúng ta không đồng lòng chung sức chuyển ngược lại tình trạng béo phì đang ngày một leo thang thì những người trẻ trong tương lai sẽ có vòng đời ngắn hơn so với thế hệ đi trước. Hơn nữa, chứng béo phì sẽ làm gia tăng nguy cơ mắc phải những căn bệnh gây nguy hiểm đến tính mạng. Thực trạng này không những gây ra khổ đau cho thân tâm của mỗi cá nhân, gia đình mà còn ảnh hưởng đến sự lành mạnh của thân tâm xã hội và thế giới. Gốc rễ của vấn đề nằm ngay trong những gì chúng ta tiêu thụ mỗi ngày. Đó không chỉ là thức ăn mà còn là những gì ta thấy, nghe, xúc chạm… và cả môi trường ta đang sống.

Nhà báo Hoàng Anh Sướng:

Trong suốt hai tháng qua ở Mỹ, tôi đã tận mắt chứng kiến rất nhiều người Mỹ đang phải vật lộn khổ sở với vấn đề kiểm soát trọng lượng cơ thể. Tại sao nước Mỹ lại trở thành trung tâm của vấn nạn béo phì? Điều đáng quan ngại là hiện nay ở Việt Nam, số lượng người béo phì cũng đang tăng trưởng với tốc độ vũ bão, trong đó, có rất nhiều trẻ em và thanh niên.

Thiền sư Thích Nhất Hạnh:

So với phần còn lại của thế giới, Hợp chủng quốc Hoa Kỳ là một lãnh thổ trù phú và thịnh vượng. Những nguồn thức ăn và đồ uống không tốt cho sức khỏe được đáp ứng một cách dễ dàng với số lượng lớn. Những quảng cáo thương mại cho các sản phẩm này tấn công tới tấp mọi giác quan người tiêu dùng. Họ luôn bị khơi gợi, kích thích tiêu thụ những loại thực phẩm không lành mạnh như là nước giải khát chứa nhiều đường tinh chế, các món tráng miệng chứa nhiều đường và chất béo bão hòa. Bên cạnh đó, tình trạng cơ khí hóa những ngành công nghệ hiện đại, văn hóa đề cao quá đáng vai trò của xe hơi cá nhân (trong khi nhiều quốc gia ở Âu châu đã từ lâu luôn ủng hộ, khuyến khích sử dụng những phương tiện giao thông công cộng) đã khiến cho người dân Mỹ quốc ít vận động hơn. Quá trình đốt cháy calories bị dang dở dẫn đến tình trạng dư thừa một lượng lớn các chất béo trong cơ thể. Tất cả những nhân tố trên đã dẫn đến hệ quả: Béo phì đã là một vấn nạn mang tầm quốc gia và thế giới. Hơn thế nữa, chúng ta đang sống trong bối cảnh mà khoảng cách về địa lý ngày càng trở nên thu hẹp, tỉ lệ nghịch với sự phát triển của truyền hình, máy tính cá nhân, điện thoại di động. Và người trẻ ngày nay đã cố gắng tận dụng tất cả những thành quả khoa học công nghệ để quản lý cùng một lúc nhiều công việc khác nhau. Với một đường hướng tổ chức như vậy, làm sao chúng ta có thể sống sâu sắc trong từng giây từng phút? Cách sống này đi ngược lại với lối sống chánh niệm cho nên ta không có thời giờ và điều kiện để nhìn sâu vào những vật phẩm ta ăn, những công tác ta làm mỗi ngày để có thể biết đâu là những cách thức đúng đắn duy trì một thể trọng khỏe mạnh.

Nhà báo Hoàng Anh Sướng:
Giáo lý của đạo Bụt có thể cống hiến các phương pháp để chuyển hóa triệu chứng béo phì?

Thiền sư Thích Nhất Hạnh:
Việc thực tập sống trong chánh niệm có thể thiết lập lại mối liên hệ giữa thân và tâm và môi trường xung quanh. Phương pháp này chính là chiếc chìa khóa mở rộng cánh cửa, đem đến cho chúng ta một góc nhìn chân thật về tình trạng thừa cân, giúp mọi người có thể kiểm soát được trọng lượng cơ thể mình. Và chúng ta sẽ không cần phải mất nhiều thời gian đợi chờ. Cơ hội đạt được sự cân bằng, niềm vui, sự bình an trong thân

và tâm luôn có ngay đây, ngay bây giờ, ngay trong giây phút hiện tại.

Nhà báo Hoàng Anh Sướng:
Thiền sư có thể chia sẻ về chế độ ăn uống hàng ngày của ngài?

Thiền sư Thích Nhất Hạnh:
Chúng tôi áp dụng một chế độ ăn chay bổ dưỡng (không dùng bất kỳ sản phẩm nào từ động vật bao gồm cả trứng, sữa). Phần lớn những gì chúng tôi tiêu thụ là ngũ cốc hữu cơ. Bữa sáng sẽ là cháo yến mạch, bánh mì tự làm, đậu hạt tự trồng tại làng, trái cây và đôi khi là các món bún, phở hay xôi. Bữa trưa chúng tôi dùng cơm, rau xào, đậu phụ, canh, rau củ hay salad và một ít đồ ngọt tráng miệng theo kiểu Việt Nam là chè với các loại đậu và theo kiểu Tây phương là bánh ngọt chay. Buổi tối chúng tôi ăn nhẹ với cơm, canh và một ít rau quả.

Nhà báo Hoàng Anh Sướng:
Việc ăn uống trong chánh niệm, trong tỉnh thức đóng vai trò như thế nào trong đời sống của Thiền sư?

Thiền sư Thích Nhất Hạnh:
Khi có thể sống chậm lại, tận hưởng mỗi bữa ăn, hạnh phúc khi nhận ra mình vẫn còn sống, vẫn còn mạnh khỏe, chúng tôi thấy mình tiếp xúc với đời sống ở một mức độ

rất sâu sắc. Tôi rất ưa thích được ngồi ăn trong thinh lặng và tận hưởng từng miếng nhai, ý thức về sự hiện hữu của những người thương chung quanh (tăng thân), ý thức về tất cả những công phu lao tác và tình thương đã có mặt trong chén cơm của mình. Khi ăn theo cách thức như vậy, không những thể chất vật lý mà phần tinh thần, phần tâm linh của tôi cũng đều được nuôi dưỡng. Cách tôi dùng bữa ảnh hưởng đến mọi công tác của tôi trong ngày. Nếu tôi có thể thực tập nhìn sâu vào thức ăn và xem thời khắc đó quan trọng như một buổi công phu thiền định - thiền hành hay thiền tọa - thì tôi nhận ra mình có thể tiếp nhận muôn vàn những tặng phẩm của đất trời. Tất cả hoa trái này tôi sẽ không bao giờ thu hái được nếu thân và tâm tôi không đồng thời có mặt trong khi ăn. Bởi vì trong lúc ăn, nếu tâm tôi ngập tràn trong lo lắng, phiền muộn với những bản dự án, kế hoạch thì khi đó, tôi chỉ đang ăn những căng thẳng, sợ hãi. Và điều này sẽ gây ra những thương tổn cho thân và tâm. Vì vậy, khi ăn, chúng tôi thường sử dụng bài kệ sau đây để thực tập:

Ăn cơm nơi tích môn
Nuôi sống cả tổ tiên
Mở đường cho con cháu
Cùng tìm hướng đi lên.
Ăn cơm nơi tích môn
Nhai đều như nhịp thở
Nhiệm mầu ta nuôi nhau
Từ bi nguyền cứu độ.

Bài kệ trên giúp chúng tôi ghi nhớ về việc thực tập chế tác năng lượng chánh niệm trong khi ăn. Nếu năng lượng chánh niệm, năng lượng tỉnh thức đó có mặt một cách sâu dày thì chúng tôi có thể tiếp xúc với tổ tiên ông bà cũng như các thế hệ tương lai. Thời gian ăn cũng trở thành những khoảnh khắc lắng đọng giúp chúng tôi ý thức hơn về những hạt giống lành thiện trong chiều sâu tâm thức mà tổ tiên đã trao truyền và tìm ra cách thức để dưỡng nuôi, phát triển và tiếp tục truyền trao những hạt giống đó cho những thế hệ con cháu về sau.

Nhà báo Hoàng Anh Sướng:
Chúng ta cũng có thể thực hành chánh niệm tương tự như vậy trong việc uống trà hàng ngày, thưa Thiền sư?

Thiền sư Thích Nhất Hạnh:
Đúng thế. Bạn nâng chén trà lên, thở vào, đưa tâm trở về với thân, bạn sẽ hoàn toàn có mặt trong lúc đó. Và khi đó, còn có một cái khác cũng có mặt. Đó là sự sống được đại diện bởi chén trà. Trong giây phút ấy, bạn thật sự sống, chén trà cũng hiển hiện thơm tho, sâu lắng. Bạn không bị đi lạc vào quá khứ, không bị kéo về tương lai, về những dự án, những lo âu... Bạn hoàn toàn tự do, vượt khỏi phiền muộn và tận hưởng từng ngụm trà. Đó là phút giây hạnh phúc và bình an.

Nhà báo Hoàng Anh Sướng:

Tôi chưa bao giờ có cái suy tư sâu sắc về một chén trà như thế.

Thiền sư Thích Nhất Hạnh:

Hàng tuần, chúng tôi tập làm thiền trà rất vui. Chúng tôi cùng ngồi, uống với nhau một chén trà và cảm nhận được tình bạn, tình huynh đệ. Chúng tôi có thể ngồi chơi như thế một giờ luôn, chỉ để hưởng một chén trà. Mỗi phút giây là một phút giây hạnh phúc. Và trong một giờ đồng hồ cùng ngồi uống trà, ta nuôi dưỡng niềm vui, tình huynh đệ, định trú thật bình an nơi này và ở đây.

Ta không nên bị ảnh hưởng bởi thói quen ăn uống của một ngôi sao nổi tiếng hay một công thức ăn uống tân thời

"… Trong tiếng Việt, chữ "ngon" thường đi đôi với chữ "lành" cho nên chúng ta phải làm thế nào để cái ngon có nghĩa là cái lành. Ăn như thế nào để có sức khỏe, đừng tàn phá cơ thể và môi sinh. Trong một bữa cơm, mình phải biết nghệ thuật tiêu thụ thì bữa cơm đó mới ngon lành và bổ dưỡng. Mình phải có hạnh phúc trong khi ăn…"

Nhà báo Hoàng Anh Sướng:

Thưa Thiền sư! Tư duy, nếp nghĩ và những trạng thái tâm lý có ảnh hưởng đến thói quen ăn uống của chúng ta như thế nào?

Thiền sư Thích Nhất Hạnh:

Trong tác phẩm "Savor", chúng tôi trình bày rất sâu bản chất của những cảm thọ và ảnh hưởng của chúng đối với hành vi tiêu thụ thực phẩm. Về cơ bản, khi có một nhân tố kích thích từ bên ngoài, chúng ta sẽ có một phản ứng từ bên trong. Đó cũng là lúc một cảm giác, cảm xúc (cảm thọ) đã biểu hiện trên bình diện ý thức. Cảm thọ đó có thể mang tính chất tích cực như yêu thương, mừng vui, hy vọng hoặc mang tính tiêu cực như sợ hãi, giận hờn, lo lắng, phiền muộn, khổ đau... Đối với nhiều người, cảm xúc thường có mối liên hệ chặt chẽ với việc tiêu thụ thức ăn, mặc dù mức độ hay bản chất của sự vướng mắc đó có thể khác nhau ở mỗi người. Có người có xu hướng ăn nhiều hơn khi vui trong khi một số thì lại ăn ít hơn. Tuy vậy, vấn đề ở đây là: Nếu chúng ta không dành thì giờ để nhìn sâu vào những cảm giác ưa thích hay thèm khát trong khi ăn uống thì những hành vi đó sẽ phát triển và trở thành những thói quen tiêu thụ gây ra bệnh tật. Vì vậy, để duy trì một thân thể khang kiện, chúng ta cần sử dụng năng lượng chánh niệm để nhìn sâu và ý thức một cách rõ ràng về ảnh hưởng của những cảm thọ đối với cách chúng ta ăn uống hằng ngày. Đồng thời, năng lượng tỉnh thức này cũng sẽ giúp chúng ta dần thiết lập được những thói quen lành mạnh và tích cực trong vấn đề tiêu thụ thực phẩm.

Nhà báo Hoàng Anh Sướng:

Ngày nay, khoa học hiện đại đã có nhiều phát minh và công trình nghiên cứu về thực phẩm và cách thức ăn uống có lợi cho sức khỏe. Theo Thiền sư, làm sao để những tuệ giác của khoa học và đời sống chánh niệm của đạo Bụt có thể song hành với nhau và tạo nên những tác động tích cực đối với việc tiêu thụ thực phẩm?

Thiền sư Thích Nhất Hạnh:

Những kiến thức của khoa học và một đời sống chánh niệm có thể bổ sung cho nhau trong việc giúp đỡ mọi người có được một đường lối tiêu thụ đúng đắn và duy trì một thể trạng mạnh khỏe, an lành. Trước tiên, chúng ta phải xác định đâu là nguồn thực phẩm mà chúng ta thật sự cần. Lúc đó, chúng ta phải nương tựa vào những lời khuyên từ những công trình nghiên cứu khoa học để có một quyết định độc lập. Ta không nên bị ảnh hưởng bởi thói quen ăn uống của một ngôi sao nổi tiếng nào đó hay một công thức ăn uống tân thời đang được đám đông cổ xúy, tung hô. Một khi ta đã biết cần phải ăn gì thì câu hỏi tiếp theo sẽ là: Ăn như thế nào để không những nếm được hương vị của thực phẩm mà còn nếm được tuệ giác tương tức (sự liên hệ giữa ta với tất cả sự sống xung quanh mình)? Việc thực tập thiền ăn (ăn trong chánh niệm) chính là lời giải. Nếu có sự thực tập kiên trì, miên mật, chúng ta sẽ khám phá được rằng: Sự bình an, niềm phúc lạc là có thật và luôn có trong ta. Nếu thực tập thành công, ta có thể tiếp xúc được với những điều kiện hạnh phúc đó. Hơn thế nữa, khi đó, ta còn có khả năng nhìn thấy được khuôn mặt thật, hình tướng thật sự của mình.

Nhà báo Hoàng Anh Sướng:

Mong Thiền sư giải thích thêm về những ích lợi mà năng lượng chánh niệm có thể mang lại cho mỗi cá nhân nói riêng và toàn thể nhân loại nói chung!

Thiền sư Thích Nhất Hạnh:

Sự hiện hữu của mỗi người chúng ta đều có mối liên hệ qua lại với nhau. Khi bạn xúc chạm vào "cái một", bạn cũng đồng thời xúc chạm vào "cái tất cả." Tất cả những gì chúng ta tạo tác (bằng lời nói, hành động hay tư duy) cũng đều có ảnh hưởng đến người khác. Cho nên, chúng ta phải học cách sống trong tỉnh thức, trong chánh niệm để có thể tiếp xúc với năng lượng bình an nơi tự thân mình. Sự bình an trong thân tâm thế giới khởi nguồn từ đâu nếu không phải là từ sự bình an trong thân tâm mỗi một cá thể. Nếu mọi người đều sống trong chánh niệm, trong tỉnh thức thì tất cả chúng ta sẽ đều hưởng được lợi ích. Năng lượng bình an khi đó không còn thuộc về một cá nhân đơn lẻ mà đã trở thành nguồn năng lượng tập thể (tâm thức cộng đồng). Và chính nguồn năng lượng lớn lao đó sẽ quay trở lại trị liệu, chuyển hóa một cách tích cực những tật bệnh đang có mặt trong mỗi gia đình, đoàn thể, quốc gia và các thế hệ tương lai.

Nhà báo Hoàng Anh Sướng:

Con người ta sinh ra, ai cũng có nhu cầu ăn ngon, mặc đẹp. Đôi khi chúng ta khổ sở cũng chính vì những nhu cầu rất bản năng ấy. Đối với những người phàm trần tham ăn, tục uống, làm thế nào để ăn ngon mà vẫn khỏe, vẫn đẹp, ít tật bệnh?

Thiền sư Thích Nhất Hạnh:

Trong tiếng Việt chữ "ngon" thường đi đôi với chữ "lành" cho nên chúng ta phải làm thế nào để cái ngon có nghĩa là cái lành. Ăn như thế nào để có sức khỏe, đừng tàn phá cơ thể và môi sinh. Trong một bữa cơm, mình phải biết nghệ thuật tiêu thụ thì bữa cơm đó mới ngon lành và bổ dưỡng. Mình phải có hạnh phúc trong khi ăn. Tại Làng Mai, chúng tôi dạy rất kỹ về điều đó. Trước khi ăn, mình thực tập "năm quán" ăn cơm là để nuôi dưỡng thân và tâm. Chất liệu nuôi dưỡng không phải chỉ là thức ăn mà còn là sự có mặt của mình, của tăng thân, sự có mặt của chánh niệm. Chúng ta quán niệm ăn cơm như thế nào để có thảnh thơi, tức tự do, giải thoát. Trong khi ăn, nếu bị một trăm sợi dây ràng buộc (những lo lắng, buồn khổ, suy tư, dự tính) thì mình ăn không ngon. Khi ăn, mình chỉ ăn thôi, hãy buông bỏ những suy tư, lo lắng. Thức ăn nuôi dưỡng mình nhưng sự thảnh thơi, tình yêu thương và niềm vui cũng có giá trị nuôi dưỡng. Trong cửa thiền, chúng tôi nói: "Thiền tập có công năng nuôi dưỡng" (thiền duyệt vi thực), tức niềm vui của sự thực tập thiền là thức ăn hàng ngày. Vì vậy, ăn cơm là ăn mà ngồi thiền cũng là ăn. Bữa cơm nào mình cũng đọc "ngũ quán", mình cũng được nhắc ăn cơm như thế nào để được thảnh thơi. Mình ngồi lưng có thẳng, có buông thư, có thảnh thơi không hay là mình co rúm lại, bị giam hãm trong thế giới của lo lắng, buồn khổ? Ăn cơm là một phép thực tập ngồi cho thảnh thơi, ngồi cho có hạnh phúc và tình yêu thương. Chúng ta người nào cũng phải cố gắng chế tác được ba chất liệu đó.

Nhà báo Hoàng Anh Sướng:
Xin Thiền sư hướng dẫn chi tiết về cách thức ăn uống để chế tác được sự thảnh thơi, hạnh phúc và tình thương yêu của Làng Mai!

Thiền sư Thích Nhất Hạnh:
Khi đồng hồ điểm nhạc mỗi mười lăm phút thì tất cả mọi người ngừng ăn, lắng tai nghe. Tự nhiên, một năng lượng chánh niệm tập thể được chế tác ra trong giây phút đó: Thấy rõ ràng là mình đang có mặt với tăng thân và tăng thân cũng đang có mặt cho mình. Đó là một sự thức tỉnh do đồng hồ gợi lên. Đồng hồ là một trợ duyên giúp tạo ra cái gọi là *"như lý tác ý."* Nếu trong khi ăn, mình bị tư duy xâm chiếm, đánh mất ý thức là mình đang có

mặt, tăng thân đang có mặt và đây là một giây phút hạnh phúc thì có tiếng đồng hồ nhắc mình. Xóm Hạ, xóm Mới, xóm Thượng ở Làng Mai đều có đồng hồ trong nhà ăn, rất hay. Nhà nào cũng có đồng hồ nhưng khi đồng hồ điểm nhạc thì người ta không thực tập như mình vì mình trao cho âm thanh của đồng hồ một ý nghĩa. Cũng như mình trao cho tiếng chuông một ý nghĩa, khi nghe tiếng chuông nhấp thì mình ngưng nói năng, suy nghĩ và mình bắt đầu thở vào, thở ra rất ngon lành ba lần. Ba tiếng chuông cung cấp cho mình cơ hội thở vào, thở ra chín lần. Cái ngon không phải chỉ do mình tiếp xúc được với những điều kiện hạnh phúc trong giây phút hiện tại mà còn do mình tiếp xúc được với sự thật là mình đang có đó và tăng thân đang có đó với mình. Nghe chuông, mình chế tác được một năng lượng tập thể của chánh niệm để nuôi dưỡng. Năng lượng ấy rất quý giá, rất hiếm hoi, không thể mua được ngoài siêu thị.

Trong nhiều khóa tu, ngồi ở hàng đầu pháp đường có bốn, năm thiếu phụ và các em bé nhỏ xíu cùng nghe pháp. Các bé rất ngoan, không khóc nên không ảnh hưởng gì tới buổi pháp thoại. Tôi để ý thấy có hai, ba bà mẹ đang cho em bé bú. Không biết trong nhà thờ người ta có được phép cho con bú trong giờ giảng đạo không, còn với tăng thân Làng Mai thì được phép làm như vậy. Tôi thấy rất rõ mỗi khi tiếng chuông vọng lên và gần một ngàn người chú tâm vào hơi thở thì năng lượng chánh niệm trong thiền đường rất hùng hậu, rất nhiệm mầu. Đó là một thức ăn rất tốt. Mấy em bé chưa biết tiếng chuông, chưa biết chánh niệm là gì, chưa hiểu được tiếng người, nhưng cảm được năng lượng bình an đó. Trong giây phút ấy, các em bé vừa được nuôi bằng sữa mẹ, vừa được nuôi bằng năng lượng hòa bình, an lạc, chánh niệm. Năng lượng đó quý hơn vàng. Nó bảo hộ, trị liệu cho mình. Nếu những người bệnh tới mà biết mở lòng ra để năng lượng tập thể đó đi vào trong cơ thể, trong trái tim thì sẽ lành bệnh rất mau. Cho nên, trong bữa cơm, mình phải sắp đặt, hành trì như thế nào để bữa cơm trở thành một buổi thực tập có khả năng nuôi dưỡng và trị liệu. Đứng về phương diện vật chất, mình làm cho bữa cơm được ngon lành. Đứng về phương diện tâm linh, mình cũng ăn với tinh thần đó mới xứng đáng.

•

Thức ăn của ta có thể được tạo ra bằng sự đau khổ cùng cực của kẻ khác

PHÉP TU TẬP CHÁNH NIỆM THỨ NĂM:
Nuôi dưỡng và trị liệu

Ý thức được những khổ đau do thói tiêu thụ không chánh niệm gây nên, con nguyện học hỏi cách chuyển hóa thân tâm, xây dựng sức khỏe cơ thể và tâm hồn bằng cách thực tập chánh niệm trong việc ăn uống và tiêu thụ. Con nguyện nhìn sâu vào bốn loại thực phẩm là đoàn thực, xúc thực, tư niệm thực và thức thực để tránh tiêu thụ những thực phẩm độc hại. Con nguyện không uống rượu, không sử dụng các chất ma túy, không ăn uống hoặc tiêu thụ bất cứ một sản phẩm nào có độc tố, trong đó có mạng lưới toàn cầu, phim ảnh, truyền thanh, truyền hình, sách báo, bài bạc và cả chuyện trò. Con nguyện thực tập thường xuyên trở về với giây phút hiện tại để tiếp xúc với những gì tươi mát, có khả năng nuôi dưỡng, trị liệu trong con và xung quanh con, không để cho tiếc nuối, ưu sầu kéo con trở về quá khứ và không để lo lắng, sợ hãi kéo con đi về tương lai. Con nguyện không tiêu thụ chỉ để khỏa lấp khổ đau, cô đơn và lo lắng trong con. Con nguyện nhìn sâu vào tự tính tương quan tương duyên của vạn vật để học tiêu thụ như thế nào mà duy trì được an vui trong thân tâm con, trong thân tâm của xã hội, và trong môi trường sự sống.*

Nhà báo Hoàng Anh Sướng:

Tôi rất tâm đắc với những điều Thiền sư chia sẻ về vấn đề ăn uống dưới góc nhìn của đạo Bụt. Tôi tin rằng, nếu ai cũng biết ăn uống có chánh niệm thì loài người sẽ dễ dàng vượt thoát được những vấn nạn đáng báo động mà chúng ta vừa trao đổi. Song cùng với những vấn nạn về thức ăn vật chất, loài người hiện nay cũng đang đối diện với những hiểm họa từ thức ăn tinh thần như sách báo, phim ảnh có nội dung không lành mạnh, đặc biệt là ảnh hưởng tiêu cực từ mạng internet. Thiền sư có suy nghĩ gì về nguồn thức ăn đặc biệt này?

Thiền sư Thích Nhất Hạnh:

Đức Phật hay nói đến bốn loại thực phẩm. Thực phẩm ăn bằng miệng chỉ là một loại thôi, gọi là **đoàn thực**. Nói về đoàn thực, Bụt đã dùng hình ảnh hai vợ chồng nọ ăn thịt đứa con mình. Họ mang đứa con trai duy nhất vượt qua sa mạc cùng với số lương thực mà họ nghĩ rằng sẽ đủ dùng cho chuyến đi. Nhưng chưa ra khỏi sa mạc, thực phẩm đã hết. Hai vợ chồng biết rằng cả ba người sẽ chết đói. Cuối cùng, họ phải đành tâm ăn thịt đứa con để có sức ra khỏi sa mạc. Bụt hỏi các đệ tử rằng: "Này các thầy, khi hai vợ chồng đó ăn thịt đứa con thì họ có thấy thích thú không?" Các thầy thưa: "Bạch Đức Thế tôn, làm sao thích thú được khi biết mình đang ăn thịt con." Bụt dạy: "Trong đời sống hằng ngày, khi tiêu thụ, chúng ta cũng phải biết thức ăn của mình có thể được tạo ra bằng sự đau khổ cùng cực của kẻ khác, của những loài sinh vật khác." "Hai tay nâng bát cơm đầy. Dẻo thơm một hạt đắng cay muôn phần."

Ăn không có chánh niệm, ta sẽ tạo khổ đau cho mọi loài và cho chính bản thân ta. Khi hút thuốc, uống rượu, ăn nhiều thức ăn béo là ta đang ăn bộ phổi, buồng gan, trái tim của ta. Và nếu cha mẹ trong khi ăn uống mà tàn hại thân thể của chính mình thì chính cha mẹ đang giết con. Thành ra ăn như thế nào để đừng tạo ra những khổ đau cho các loài và cho chính mình, đó là chánh niệm và chánh kiến.

Nhà báo Hoàng Anh Sướng:
Thế còn loại thực phẩm thứ hai, thưa Thiền sư?

Thiền sư Thích Nhất Hạnh:
Loại thức ăn thứ hai là *xúc thực*. Chúng ta có sáu căn là mắt, tai, mũi, lưỡi, thân và ý. Chúng tiếp xúc với sắc,

thanh, hương, vị, xúc và pháp. Ta phải thấy rằng, việc tiếp xúc đó có đem chất độc vào người hay không? Ví dụ như khi ta xem truyền hình, mắt ta tiếp xúc với hình sắc. Phải thực tập chánh kiến xem chương trình truyền hình kia có đưa vào trong tâm ta những độc tố như sợ hãi, căm thù và bạo động hay không? Có những phim mang lại cho ta sự hiểu biết, lòng từ bi, chí quyết tâm muốn giúp người, không làm những điều lầm lỗi…, ta có thể xem phim đó. Có những chương trình truyền hình chứa đựng rất nhiều độc tố như bạo động, căm thù và dục vọng. Ngay cả những thước phim quảng cáo cũng khơi động thèm khát, dục vọng hay sợ hãi trong ta. Khi xem một tờ báo cũng vậy. Nếu không có chánh niệm, chúng ta có thể tiếp nhận rất nhiều độc tố. Đọc xong, ta có thể mệt nhoài vì những điều ta đọc khiến chúng ta chán nản, lo lắng và ghê sợ.

Bụt dạy rằng con người rất dễ bị thương tích trên cơ thể cũng như trong tâm hồn. Bụt đã dùng hình ảnh một con bò bị lột da vứt xuống sông. Dưới sông có hàng vạn loài sinh vật li ti bu lại hút máu và rỉa thịt con bò. Nếu chúng ta không giữ gìn thân, tâm bằng chánh kiến và chánh niệm thì các độc tố trong cuộc đời cũng bám lại, tàn phá thân tâm ta. Năm giới mà chúng ta tiếp nhận và hành trì là bộ da bao bọc thân thể và tâm hồn. Nếu không hành trì năm giới là chúng ta không thực tập chánh kiến. Thực tập chánh niệm cũng giống như tạo ra những kháng thể để chống lại sự thâm nhập của các độc tố kia.

Tôi muốn nói tới một loại thực phẩm tên là *tư niệm thực*. Đó là những nỗi ước ao ta muốn thực hiện cho đời. Ước muốn mạnh sẽ giúp ta năng lượng để thực hiện hoài bão. Chúng ta cần có một khát khao thâm sâu thì mới sống nổi vì nó cũng là một loại thực phẩm. Nếu ta không có khát khao nào hết thì ta không thực sự sống.

Nhà báo Hoàng Anh Sướng:

*Có phải vì không có loại thực phẩm **tư niệm thực** này mà nhiều người bây giờ thấy đời nhàm chán, vô vị, muốn tự tử?*

Thiền sư Thích Nhất Hạnh:

Đúng vậy. Giờ ta nên nhìn sâu xem khát khao thâm sâu nhất của ta là gì? Nếu là niềm thao thức muốn che chở cho trái đất, muốn chấm dứt chiến tranh, muốn giúp con người chuyển hóa khổ đau và trở nên hạnh phúc thì đó là một tư niệm thực rất lành. Còn những khát khao như là chạy theo danh lợi, quyền bính, dục tình… thì đó là một loại tư niệm thực không lành cho sức khỏe. Vì thế ta rất cần nhìn sâu vào bản chất của sự khát khao trong ta.

Về tư niệm thực, Bụt kể chuyện một người bị hai lực sĩ khiêng ném xuống hầm lửa đang bốc cháy. Bụt nói rằng, khi ta bị những tư niệm thực bất thiện chiếm cứ, bị danh, lợi, tài và sắc lôi cuốn thì cũng giống như ta bị những anh chàng lực sĩ kéo đi liệng xuống hầm lửa. Do đó, người tu học phải có chánh kiến, phải nhận diện được tư niệm thực trong ta là loại nào.

Nhà báo Hoàng Anh Sướng:

Điều đó có nghĩa là niềm khát khao - tư niệm thực cần phải được quán chiếu và nuôi dưỡng hàng ngày bởi nó là một loại thức ăn, nó cho ta sự sống. Chúng ta sẽ bỏ cuộc, không muốn phụng sự nữa nếu tư niệm thực không được nâng đỡ?

Thiền sư Thích Nhất Hạnh:

Đúng thế. Vì vậy, ta cần có thêm loại thực phẩm thứ tư. Đó là *thức thực* hay còn gọi là *tâm thức cộng đồng*. Nếu bạn sống trong môi trường xấu, lý tưởng phụng sự, tâm ban đầu của bạn sẽ bị xói mòn nhanh chóng. Do đó, ta rất cần chọn một môi trường mà mọi người đang cùng chế tác chung năng lượng từ bi, bình an, tình yêu thương. Nếu ta sống trong một cộng đồng như thế thì tư niệm thực an lành, tâm phụng sự lớn của bạn được che chở và nuôi dưỡng. Còn nếu bạn tự đặt mình vào đám đông hay giận dữ, thèm khát, ganh tị, so sánh thì thế nào tâm ban đầu của bạn cũng bị hao mòn.

Về thức thực, Bụt đã dùng hình ảnh một người tử tù và ông vua. Buổi sáng, vua ra lệnh lấy 300 lưỡi dao cắm vào thân thể của một tử tội. Buổi chiều, vua hỏi: "Người tù đó bây giờ ra sao?" "Tâu bệ hạ, nó còn sống." "Vậy thì hãy lấy 300 lưỡi dao đâm qua người nó một lần nữa".

Buổi tối, vua lại hỏi: "Kẻ đó bây giờ ra sao?" "Còn sống". "Hãy lấy 300 mũi dao tiếp tục đâm qua thân thể nó". Bụt dùng ví dụ đó để nói rằng, chúng ta cũng đang hành hạ tâm thức của ta y như thế. Mỗi ngày chúng ta đâm 300 mũi dao của độc tố tham lam, giận dữ, ganh tỵ, hờn giận, thù oán, vô minh vào trong tâm thức ta.

Nhà báo Hoàng Anh Sướng:

Bốn câu chuyện kể trên nghe rất ghê sợ. Thông điệp mà Đức Phật muốn gửi gắm qua những câu chuyện đó là gì?

Thiền sư Thích Nhất Hạnh:

Chúng ta phải tỉnh táo giữ gìn chánh kiến, không cần tiêu thụ nhiều mới có hạnh phúc. Điều Bụt dạy về bốn loại thực phẩm phải được hiểu như thế thì chúng ta mới không tàn phá mình, cộng đồng, không tàn phá trái đất. Ta phải biết cách nuôi dưỡng, che chở cho chính mình và che chở cho cả hành tinh này nữa.

Khi tiếp xúc được với bản chất không sinh không diệt thì ta không còn lo sợ cái chết

"… Niết Bàn chính là bản chất không sinh không diệt. Trong đạo Thiên Chúa, ta gọi đó là Thượng Đế. Thượng Đế chính là bản chất không sinh, không diệt của chúng ta. Chúng ta không phải đi tìm Thượng Đế. Thượng Đế chính là bản tánh chân thật của mình. Chúng ta không phải đi tìm kiếm Niết Bàn. Niết Bàn chính là nền tảng hiện hữu của chúng ta. Đó là giáo lý của Bụt. Nhiều người trong chúng ta đã có thể chứng nghiệm được điều đó. Chúng ta biết tận hưởng giây phút hiện tại. Chúng ta biết rằng chúng ta không thể nào chết được. Và điều đó cũng đúng với người thương của ta. Họ không có chết đâu. Họ đang tiếp tục trong nhiều hình thái khác. Nếu ta nhìn sâu, ta sẽ nhận diện ra sự luân hồi của người kia, cùng khắp quanh ta và ngay cả trong ta…"

Nhà báo Hoàng Anh Sướng:

Chúng ta đã bàn về hạnh phúc, khổ đau, tình yêu và sự sống... Song có một chủ đề mà tôi tin rằng, khi nhắc đến, hầu hết ai trong chúng ta cũng thấy sợ hãi, thậm chí né tránh. Đó là cái chết. Xin Thiền sư chia sẻ đôi điều về vấn đề đáng sợ nhất này!

Thiền sư Thích Nhất Hạnh:

Hạnh phúc của con người có thể rất lớn nhưng ý thức đó cũng làm cho con người đau khổ vì ta biết rằng: Thế nào mình cũng phải chết. Những con vật không nghĩ về cái chết, nó không có những câu hỏi siêu hình như: Mình từ đâu sinh ra? Từ đâu tới đây? Tại sao mình chỉ ở lại chừng 100 năm rồi cuối cùng tan thành tro bụi? Tại sao mình trở thành có và từ có mình lại trở thành không?... Muốn được sống sót, con người phải tìm ra đường hướng để trị cái bệnh ưu tư, lo sợ này. Do đó mới sinh ra tôn giáo. Con người nghĩ rằng thế giới này do một đấng tạo hóa tạo dựng ra. Đấng tạo hóa luôn luôn có đó, không sinh cũng không diệt. Đấng tạo hóa tạo dựng ra con người và thế giới, và khi chết mình được trở về ngồi dưới chân Thượng Đế. Lúc ấy, linh hồn mình trở thành bất diệt. Đó là phương thuốc an thần con người đặt ra để trị chứng bệnh ưu tư của mình. Phương thuốc này là tôn giáo.

Nhà báo Hoàng Anh Sướng:

Đức Phật có bằng lòng với cách trị bệnh này không?

Thiền sư Thích Nhất Hạnh:

Đức Thích Ca không bằng lòng với lối trị bệnh này.

Ngài muốn sử dụng tận lực trí tuệ của con người, dùng niệm - định - tuệ để khám phá ra bản chất thật của sự sống. Cuối cùng, Ngài đã tìm ra Niết Bàn. Niết Bàn là bản chất không sinh không diệt. Những cái mình thấy có sinh có diệt chỉ là biểu hiện bên ngoài mà thôi. Quán chiếu một đám mây mình thấy nó không có sinh cũng không có diệt. Trước khi có đám mây thì đám mây đã có dưới hình thức của ánh sáng mặt trời, của sông hồ. Sau khi đám mây không có nữa thì nó vẫn còn dưới hình thức của cơn mưa, của ruộng đồng, của ngàn dâu xanh tốt. Dùng niệm - định - tuệ để quán chiếu, để đi sâu vào, mình khám phá ra được thế giới vô sinh bất diệt và mối ưu tư đó tan biến không còn nữa. Đó là cái mà đạo Bụt cống hiến cho con người để đối trị với ưu tư kia.

Nhà báo Hoàng Anh Sướng:

Vậy những người xuất gia như Thiền sư có sợ cái chết không?

Thiền sư Thích Nhất Hạnh:

Là người tu, là con người có ý thức, mình tin vào Phật thân, tin vào khả năng có thể với tới cái thấy, cái hiểu của mình. Nhờ Tăng thân và Pháp thân mình đạt tới Phật thân, đạt tới cái thấy giải phóng cho mình ra khỏi những ưu tư, lo sợ tại vì bản chất của mình là vô sinh bất diệt.

Như một đợt sóng rất sợ sinh diệt, lên xuống, nó tự hỏi: "Bây giờ tôi ở đây nhưng một lát nữa thì tôi không có!" Nó lo lắng, đau khổ. Nhưng khi khám phá ra mình đã là nước rồi thì nó không còn lo lắng, đau khổ nữa. Có hay không có không còn là vấn đề, lên hay xuống cũng là vui. Vì vậy, Niết Bàn là chỗ mát mẻ, vững chãi, không còn ưu tư. Mục đích của sự tu học là tiếp xúc được với Niết Bàn. Niết Bàn trong giây phút hiện tại mà không phải là một sự hứa hẹn trong tương lai ở một cõi khác.

Nhà báo Hoàng Anh Sướng:
Theo Thiền sư, có sự sống sau khi chết không?

Thiền sư Thích Nhất Hạnh:
Sự sống luôn có mặt đồng thời với cái chết, không có trước mà cũng không có sau. Sự sống không thể tách rời khỏi cái chết. Nơi nào có sự sống thì nơi đó có cái chết và nơi nào có cái chết thì nơi đó có sự sống. Điều này cần phải quán chiếu kỹ mới có thể hiểu được. Trong đạo Bụt, chúng ta nói về tính tương tức của vạn vật, nghĩa là không ai trong chúng ta có thể tồn tại một cách biệt lập, riêng rẽ. Chúng ta phải tương tức với những thành phần khác. Nó cũng giống như bên trái và bên phải. Nếu bên phải không có đó thì bên trái cũng không thể có mặt. Nếu không có bên trái thì cũng không có bên phải. Không thể nào lấy bên trái ra khỏi bên phải hoặc lấy bên phải ra khỏi bên trái. Điều này cũng đúng với các cặp đối lập như: tốt - xấu,

trước - sau, ở đây - ở đó, anh - tôi. Cũng giống như hoa sen kia không thể nào có mặt nếu không có bùn. Hạnh phúc sẽ không thể nào có được nếu không có khổ đau, cũng như không thể nào có sự sống nếu không có cái chết.

Các nhà sinh vật học khi quan sát cơ thể con người đã nhận thấy rằng cái sinh và cái diệt diễn ra đồng thời.

Trong giây phút này đây, hàng ngàn tế bào trong cơ thể chúng ta đang chết đi. Khi ta gãi trên da như thế này thì nhiều tế bào khô rơi xuống. Đó là những tế bào đã chết. Vì quá bận rộn nên chúng ta không nhận thấy điều đó thôi. Và nếu những tế bào đó chết cũng có nghĩa là chúng ta đang chết. Chúng ta thường nghĩ rằng còn lâu, chừng 50 - 70 năm nữa mình mới chết nhưng điều đó không đúng. Cái chết không phải là một cái gì đang chờ đợi ta ở cuối con đường mà nó đang diễn ra ngay trong giây phút này, ngay bây giờ và ở đây.

Nhà báo Hoàng Anh Sướng:

Nói một cách khoa học thì chúng ta có thể nhìn thấy cái sinh và cái diệt đang diễn ra trong giờ phút hiện tại?

Thiền sư Thích Nhất Hạnh:

Đó là sự thật. Bởi vì có những tế bào chết đi nên những tế bào mới được sinh ra và vì có những tế bào được sinh ra nên mới có những tế bào chết đi. Chúng nương vào nhau để biểu hiện. Do vậy, chúng ta đang trải nghiệm sự sống và cái chết trong từng giây, từng phút. Đừng nghĩ rằng chúng ta chỉ được sinh ra từ ngày tháng ghi trong giấy khai sinh. Đó không phải là ngày sinh thật sự. Trước ngày giờ đó thì chúng ta đã có mặt rồi. Trước khi được thụ thai trong bào thai của mẹ thì chúng ta đã có mặt trong cha và mẹ của chúng ta dưới một hình tướng khác. Cho nên, ta có thể nói rằng: Không có sinh, không có một điểm bắt đầu thực sự, và cũng không có kết thúc.

Nhà báo Hoàng Anh Sướng:

Điều gì sẽ xảy ra khi chúng ta ý thức được rằng: Sinh và diệt luôn song hành?

Thiền sư Thích Nhất Hạnh:

Khi chúng ta biết sinh và diệt luôn có mặt đồng thời với nhau thì chúng ta không còn sợ hãi cái chết. Bởi vì chính giây phút mà cái chết xảy ra thì sự sống cũng đồng thời sinh khởi. Chúng không thể tách rời. Để chứng nghiệm được điều này đòi hỏi phải có một sự thiền quán rất sâu. Ta không nên chỉ dùng trí năng để thiền quán. Ta phải quan sát sự sống trong từng giây từng phút của đời sống hàng ngày. Ta sẽ thấy rằng sinh và diệt tương tức với nhau. Điều này xảy ra đối với vạn vật, từ cây cỏ, cầm thú, thời tiết, vật chất và năng lượng.

Nhà báo Hoàng Anh Sướng:

Các nhà khoa học cũng đã tuyên bố rằng: Không có sinh cũng không có diệt, chỉ có sự chuyển biến từ hình

thái này sang hình thái khác mà thôi. Điều này rất gần
với tuệ giác của Đức Phật.

Thiền sư Thích Nhất Hạnh:

Vì vậy chỉ có sự chuyển biến là có thật, còn sinh và diệt là những cái không có thật. Những gì mà ta gọi là sinh và diệt chỉ là sự chuyển biến mà thôi. Khi thực hiện một phản ứng hóa học, ta lấy một số chất hóa học cho vào với nhau. Khi các chất hóa học gặp nhau thì sẽ xảy ra phản ứng, một sự biến đổi của các chất. Đôi khi, ta nghĩ rằng một chất hóa học nào đó không còn nữa, nó đã biến mất. Nhưng sự thật là khi quan sát kỹ, ta sẽ thấy rằng chất hóa học đó vẫn còn tồn tại nhưng chỉ ở dưới một dạng khác mà thôi.

Khi nhìn lên bầu trời và không thấy đám mây mà ta yêu quý đâu nữa, ta nghĩ rằng đám mây đó đã chết. Nhưng sự thực là đám mây đó vẫn đang tiếp tục tồn tại nhưng dưới hình tướng là mưa hay những hình tướng khác mà thôi. Sinh và diệt chỉ là những hiện tượng mà ta nhìn thấy trên bề mặt. Nếu ta nhìn thật sâu thì không có sinh cũng không có diệt, chỉ có sự tiếp nối không ngừng. Khi tiếp xúc được với bản chất không sinh không diệt thì ta không còn lo sợ cái chết. Không chỉ đạo Bụt nói về không sinh không diệt mà khoa học cũng nói về điều này. Giữa hai bên có thể chia sẻ với nhau những khám phá của mình, điều này sẽ rất thú vị.

Nhà báo Hoàng Anh Sướng:

Thiền sư có lời khuyên nhủ gì với những người phàm trần như chúng tôi hàng ngày đang sợ hãi với nỗi ám ảnh về cái chết?

Thiền sư Thích Nhất Hạnh:

Chúng ta cần sống một cách chánh niệm hơn với sự định tĩnh để có thể tiếp xúc một cách sâu sắc với những gì đang diễn ra trong ta và xung quanh ta. Khi đó, chúng ta sẽ có cơ hội tiếp xúc với bản chất chân thực của thực tại, đó là bản chất không sinh không diệt. Đạo Bụt gọi đó là *Niết Bàn (Nirvana)*. Niết Bàn chính là bản chất không sinh không diệt. Trong đạo Thiên Chúa, ta gọi đó là Thượng Đế. Thượng Đế chính là bản chất không sinh, không diệt của chúng ta. Chúng ta không phải đi tìm Thượng Đế. Thượng Đế chính là bản tánh chân thật của mình. Chúng ta không phải đi tìm kiếm Niết Bàn. Niết Bàn chính là nền tảng hiện hữu của chúng ta. Đó là giáo lý của Bụt. Nhiều người trong chúng ta đã có thể chứng nghiệm được điều đó. Chúng ta biết tận hưởng giây phút hiện tại. Chúng ta biết rằng chúng ta không thể nào chết được. Và điều đó cũng đúng với người thương của ta. Họ không có chết đâu. Họ đang tiếp tục trong nhiều hình thái khác. Nếu ta nhìn sâu, ta sẽ nhận diện ra sự luân hồi của người kia, cùng khắp quanh ta và ngay cả trong ta.

Quán chiếu kỹ sẽ thấy mình đã và đang luân hồi rồi chứ không chờ đến khi thân xác này hoàn toàn tiêu diệt

"... Khi tôi phát ra những tư duy, ngôn ngữ và hành động thì những tư duy, ngôn ngữ và hành động đó đã đi vào trong các bạn của tôi, vào trong các đệ tử của tôi và tôi đã được tiếp nối. Tôi đã bắt đầu luân hồi rồi và tôi đi luân hồi rất xa. Có những tù nhân đang đọc sách tôi viết và đang ngồi thiền ở trong nhà tù bên Mỹ, Anh, Pháp, Đức..., họ cũng là sự tiếp nối của tôi. Tôi đi vào trong họ để giúp cho họ nhẹ nhàng hơn, bớt khổ hơn và tôi muốn luân hồi một cách tốt đẹp. Tôi luân hồi ra nhiều hình thái chứ không phải một hình thái. Tôi luân hồi thành biết bao nhiêu đệ tử xuất gia và tại gia. Tôi đang có mặt ở Pháp dưới dạng những người học trò của tôi mặc dầu tôi đang hiện

diện ở Mỹ và đang ngồi trò chuyện cùng bạn.
Nếu bạn nói Thiền sư Thích Nhất Hạnh chỉ
đang ngồi ở đây thôi thì bạn chưa thấy thầy
Nhất Hạnh, bạn mới thấy một phần nhỏ của
thầy thôi. Luân hồi là như vậy, mình đã và
đang luân hồi rồi..."

Nhà báo Hoàng Anh Sướng:
Thiền sư vừa nhắc đến thuyết luân hồi nổi tiếng của
đạo Bụt với nền tảng là luật nhân quả. Xin hỏi Thiền sư:
Có kiếp luân hồi không? Chuyện người chết ở kiếp trước,
sau này đầu thai vào những kiếp sau mà báo chí trong và
ngoài nước đã từng nhắc đến với những dẫn chứng, con
người cụ thể bằng xương bằng thịt có thật hay không?

Thiền sư Thích Nhất Hạnh:
Luân hồi có nghĩa là sự tiếp nối. Chúng ta vừa thống
nhất với nhau là: Không có cái gì từ có mà trở thành
không hết. Tất cả đều được tiếp nối dưới hình thức này
hay hình thức khác. Đám mây luân hồi ra thành cơn
mưa và cơn mưa luân hồi ra thành nước trà. Khi uống
trà trong chánh niệm, tôi thấy tôi đang uống mây. Nhìn
vào nước trà, tôi thấy đây là cơn mưa, đây là đám mây và
mình đang uống mây. Bởi nước trà là sự tiếp nối của cơn
mưa, cơn mưa là sự tiếp nối của đám mây và đám mây là
sự tiếp nối của sức nóng mặt trời cùng nước ao, hồ, sông,
biển. Luôn luôn có sự tiếp nối như vậy. Đó chính là luân

hồi. Cho nên mình đừng đi tìm cái tướng, đừng kẹt vào tướng. Nếu kẹt vào tướng, mình không nhận diện được sự tiếp nối. Nhìn vào cơn mưa, mình phải thấy đám mây, đó là nhìn với con mắt vô tướng. Nhà khoa học người Pháp Lavoisier nói rằng: "Không có cái gì mất đi hết."

Nhà báo Hoàng Anh Sướng:
Kể cả con người?

Thiền sư Thích Nhất Hạnh:
Đúng vậy. Có ba cái sẽ còn mãi, đó là tư duy, ngôn ngữ và hành động. Đạo Bụt gọi đó là thân, khẩu và ý. Mỗi tư duy của chúng ta đều mang chữ ký của chính mình. Tư duy của chúng ta có thể đi theo sự độc ác, kỳ thị, thèm khát, giận dữ... Chúng ta không thể nói rằng tư duy đó không phải là của tôi. Khi mình phát ra một tư duy như vậy, tư duy đó lập tức đi luân hồi. Thấm vào mình, nó ảnh hưởng đến mình. Thấm vào người kia, nó ảnh hưởng tới người kia. Tư duy làm cho mình đau khổ và làm cho những người khác đau khổ theo không phải là chánh tư duy mà là tà tư duy. Lời nói cũng như vậy. Nói ra một câu không có tình, có nghĩa, một câu gieo sự bất hòa, nghi kỵ, hận thù, câu nói đó cũng mang chữ ký của mình, mình chịu trách nhiệm hoàn toàn. Một câu như vậy nói ra gây đổ vỡ trong lòng, gây những đổ vỡ chung quanh. Đó là sự tiếp nối của chính mình. Nói một câu ân tình giúp người ta hòa giải với nhau, có niềm tin vào tương lai, câu nói đó

cũng mang chữ ký của mình. Đó là chánh ngữ chứ không phải là tà ngữ, đó là sự tiếp nối, sự luân hồi của mình. Khi có một hành động nhân ái, biết bảo vệ sự sống và hòa giải người khác, hành động đó mang chữ ký của mình. Đó là sự tiếp nối đẹp đẽ của mình. Còn nếu hành động của mình là chia rẽ, giết chóc, tàn phá, nó cũng mang chữ ký của mình và mình sẽ tiếp nối, sẽ luân hồi dưới một dạng rất xấu.

Thân nghiệp, khẩu nghiệp và ý nghiệp được mình tạo ra thì nó sẽ đi luân hồi mãi mãi. Nó không thể nào mất đi được và sẽ ảnh hưởng dài dài sau này cho nên mình chỉ muốn luân hồi đẹp thôi.

Nhà báo Hoàng Anh Sướng:

Vậy làm thế nào để có những luân hồi đẹp? Người đời thường hay nói đến luật nhân quả: "Đời cha ăn mặn, đời con khát nước", "Gieo gió, gặt bão"... Trong đạo Phật có luật nhân quả kiểu đó không, thưa Thiền sư?

Thiền sư Thích Nhất Hạnh:

Muốn có tiếp nối đẹp mình phải làm sao cho tư duy của mình là chánh tư duy, tư duy với tình thương, với sự hiểu biết. Mình phải làm sao cho lời nói của mình là chánh ngữ, đi theo sự hiểu biết và yêu thương. Hành động của mình phải là chánh nghiệp. Ba nghiệp đó mang chữ ký của mình và ba nghiệp đó tiếp nối mình trong tương lai, dưới dạng này hay dạng kia, dưới hình thức này hay là hình thức kia. Nghiệp đã được gây dựng rồi, không bao giờ mất hết. Nghiệp tốt sẽ đưa đến kết quả tốt. Nghiệp xấu đưa đến kết quả xấu.

Chữ nghiệp chỉ có nghĩa là hành động thôi. Tư duy, ngôn ngữ và động tác cơ thể là một hành động vì nó có kết quả. Không có nhân nào mà không có quả cho nên mình phải rất cẩn thận khi chế tác những tư duy, những lời nói hay những hành động vì đó là sự tiếp nối của mình. Quán chiếu cho kỹ thì mình thấy mình đã đi luân hồi rồi, đã được tiếp nối rồi chứ không chờ đến khi thân xác này hoàn toàn tiêu diệt, mình mới đi luân hồi.

Nhà báo Hoàng Anh Sướng:

Trong truyền thống Tây Tạng có một niềm tin vững chãi là: Sau khi một vị đại sư chết rồi thì ba năm sau người ta đi tìm một em bé và cho đó là hậu thân của vị đạo sư ấy. Truyền thống đạo Bụt ở Việt Nam có giống như vậy không?

Thiền sư Thích Nhất Hạnh:

Không. Khi tôi phát ra những tư duy, ngôn ngữ và hành động thì những tư duy, ngôn ngữ và hành động đó đã đi vào trong các bạn của tôi, vào trong các đệ tử của tôi và tôi đã được tiếp nối. Tôi đã bắt đầu luân hồi rồi và tôi đi luân hồi rất xa. Có những tù nhân đang đọc sách tôi viết và đang ngồi thiền ở trong nhà tù bên Mỹ, Anh, Pháp, Đức..., họ cũng là sự tiếp nối của tôi. Tôi đi vào trong họ để giúp cho họ nhẹ nhàng hơn, bớt khổ hơn và tôi muốn luân hồi một cách tốt đẹp. Tôi luân hồi ra nhiều hình thái chứ không phải một hình thái. Khi mình gieo một hạt bắp, hạt đó có thể thành ra một cây bắp. Cây bắp đó có thể cho hai trái bắp. Từ một hạt bắp có thể thành ra mấy trăm hạt bắp. Luân hồi cũng như vậy, có thể từ một trở thành nhiều. Tôi luân hồi thành biết bao nhiêu đệ tử xuất gia và tại gia. Tôi đang có mặt ở Pháp dưới dạng những người học trò của tôi mặc dầu tôi đang hiện diện ở Mỹ và đang ngồi trò chuyện cùng bạn. Nếu bạn nói Thiền sư Thích Nhất Hạnh chỉ đang ngồi ở đây thôi thì bạn chưa thấy thầy Nhất Hạnh, bạn mới thấy một phần nhỏ của thầy thôi. Luân hồi là như vậy, mình đã và đang luân hồi rồi.

Nhà báo Hoàng Anh Sướng:

Ở các nước Á châu, người ta thường quan niệm có hai cõi. Cõi âm là nơi dành cho những người đã chết và cõi dương là nơi mà chúng ta đang sống. Vì thế, hầu hết chúng ta đều nghĩ: Sau khi chết, chúng ta sẽ đi sang cõi âm, về với tổ tiên, ông bà, cha mẹ... Và chúng ta tìm đủ mọi cách để thiết lập sự liên lạc giữa cõi dương và cõi âm để có thể nói chuyện với những người đã khuất. Với tuệ giác của Bụt, Thiền sư bình luận gì về quan niệm rất phổ biến này?

Thiền sư Thích Nhất Hạnh:

Đi sâu vào trong giáo lý đạo Bụt, chúng ta sẽ khám phá ra rằng: Hai cõi đó, cõi âm và cõi dương, thật ra chỉ là một cõi mà thôi. Có một dòng sông nhưng không có sự chia cách. Nếu biết cách, ta có thể tiếp xúc với người thương, cha mẹ, tổ tiên ngay trong giây phút này mà không cần phải đi qua cõi kia. Khoa học cũng đi trên con đường đó. Khoa học cũng tìm cách để nối lại những hố ngăn cách. Ngày xưa, người ta tưởng vật chất và năng lượng là hai cái khác nhau, vật chất không phải là năng lượng, năng lượng không phải là vật chất. Nhưng bây giờ khoa vật lý học đã tìm ra sự thật: Vật chất và năng lượng không phải là hai cái tách rời nhau ra mà có. Năng lượng có thể trở thành vật chất và vật chất có thể trở thành năng lượng. Đó là luật bảo tồn năng lượng của nhiệt động học. Như vậy là không còn ranh giới giữa năng lượng và vật chất. Khoa học đã có cái nhìn bất nhị giữa vật chất và năng lượng. Khoa học cũng đã khám phá ra rằng: Giữa từ và điện cũng không có ranh giới. Từ chính là điện và điện chính là từ. Hai cái là hai mặt của cùng một thực tại. Có một dòng sông nhưng không có ranh giới giữa bên này và bên kia. Âm thanh và không khí cũng không phải là hai cái khác nhau. Khi những phân tử của không khí rung động thì tạo nên âm thanh. Vì vậy, âm thanh và không khí là một.

Khoa học đang đi trên con đường thống nhất và lấy ra rất nhiều ranh giới giữa cái này và cái kia. Mấy ngàn năm trước, loài người cứ tưởng thiên (trời) và địa (đất) là hai thực tại khác nhau. Ta tưởng tượng trên trời có một triều đình, triều đình đó lo chuyện trên trời nhưng đồng thời cũng lo chuyện dưới đất. Nhưng khi tìm ra được luật "hấp dẫn phổ biến" thì chúng ta biết rằng: Cả trời và đất đều bị luật đó cai quản. Chúng ta tìm ra sự thật là trời ở ngay dưới đất và đất ở ngay trong trời. Trời là một phần của đất và đất là một phần của trời. Hãng Air France có câu quảng cáo rất hay, không biết do thi sĩ nào đã làm ra: "Faire du ciel le plus bel endroit de la terre" (Làm cho trời trở thành một nơi đẹp nhất của đất).

Nếu học đạo Phật và đi cho sâu, chúng ta thấy không có ranh giới giữa cõi âm và cõi dương. Nhìn kỹ cõi dương ta thấy cõi âm nằm ngay trong đó và ta có thể liên hệ hay nói chuyện được với những người ở cõi âm.

Niệm và định giúp ta tiếp xúc được với tổ tiên hiện đang có mặt trong từng tế bào cơ thể

"... Trong khi chúng ta lau bụi trên bàn thờ, đốt một cây hương và cắm vào bát hương, lòng của chúng ta hướng về tổ tiên, khi đó, chúng ta có cơ hội tiếp xúc với tổ tiên trong từng tế bào cơ thể mình. Chúng ta sẽ làm cho sự liên hệ của mình với tổ tiên trở nên vững mạnh. Sức khỏe của con người, nhất là sức khỏe tâm thần tùy thuộc ở chỗ ta có gốc rễ hay không. Vì vậy, mỗi ngày ta để một hay hai phút tiếp xúc với tổ tiên là để củng cố và làm vững chãi lại sự liên hệ ấy. Đó là một hành động rất khoa học giúp ta giữ vững được sức khỏe tâm thần, bạn đừng cho đó là một hành động mê tín..."

Nhà báo Hoàng Anh Sướng:

Người Việt Nam gọi cõi âm là cửu tuyền, chín suối hay suối vàng... Từ ngàn đời nay, người Việt ta luôn thao thức, khát khao thiết lập được mối liên hệ với cõi âm để có thể trò chuyện, tiếp cận được với tổ tiên, ông bà, cha mẹ... vì họ luôn thương nhớ những người đã khuất. Lên đồng, gọi hồn... là một cách thức như thế. Theo Thiền sư, có cách nào khác để liên hệ được với tổ tiên?

Thiền sư Thích Nhất Hạnh:

Ở Việt Nam, chúng ta có phong tục thờ cúng tổ tiên. Mỗi nhà, dù có nghèo đến đâu, cũng đều thiết lập một bàn thờ ở vị trí trang trọng nhất để thờ ông bà, tổ tiên. Trên bàn thờ có bình hương, di ảnh của người đã khuất... Từ mấy ngàn năm nay, chúng ta đã thực tập tiếp xúc với cõi đó bằng cách mỗi ngày, chúng ta tới trước bàn thờ tổ tiên, đốt một cây hương và cắm lên bát nhang. Trong giây phút đó, chúng ta có cơ hội tưởng nhớ và thiết lập liên hệ giữa chúng ta và ông bà tổ tiên ở cõi bên kia.

Nhà báo Hoàng Anh Sướng:

Có nhiều người cho rằng, đó là hành động mê tín?

Thiền sư Thích Nhất Hạnh:

Hành động tới trước bàn thờ đốt một cây hương không phải là mê tín mà là một hành động rất khoa học vì trong thời gian đốt hương, mình có cơ hội tiếp xúc được với tổ tiên trong từng tế bào cơ thể mình. Nếu chúng ta tin rằng tổ tiên đang ngồi trên bàn thờ và đợi chúng ta đốt hương cho quý ngài thì đó là mê tín. Bàn thờ chỉ là một biểu tượng mà thôi.

Thầy tôi dạy rằng: "Mỗi khi con đốt một cây hương, con phải đem hết cả sự thành tâm vào trong việc đốt hương. Làm thế nào trong khi đốt hương có năng lượng của niệm, của định, của tuệ." Niệm là năng lượng của sự có mặt hoàn toàn của thân và tâm. Khi mà thân và tâm về lại với nhau, mình thật sự có mặt trong giây phút hiện tại thì đó gọi là năng lượng của niệm. Khi mình có sự chuyên chú vào hành động đó mà không suy nghĩ về quá khứ, tương lai, không suy nghĩ về bất cứ một cái gì khác nữa thì đó là năng lượng của định. Trong khi đốt một cây hương, chúng ta làm thế nào để năng lượng của niệm và của định có mặt, nghĩa là chúng ta có mặt, thân và tâm phải có mặt đích thực trong giây phút hiện tại và ta phải chuyên chú vào việc đốt hương thì đó là điều kiện để có sự truyền thông. Trong thời gian đốt hương và cắm cây hương lên bàn thờ thì ta có niệm và có định. Chính cái niệm và định đó giúp ta tiếp xúc được với tổ tiên hiện đang có mặt trong từng tế bào cơ thể. Theo tôi, đó là một hành động rất khoa học, nó không có cái gì mê tín hết. Cũng như khi chúng ta chào cờ. Có mê tín gì đâu? Lá cờ đó tuy chỉ là một miếng vải thôi nhưng biểu trưng cho đất nước. Nếu nói thắp hương là mê tín thì chào cờ cũng là mê tín.

Nhà báo Hoàng Anh Sướng:
Vậy chuyện đốt vàng mã có phải là mê tín không?

Thiền sư Thích Nhất Hạnh:

Không phải! Có một tâm tình nào đó nằm dưới hành động đốt vàng mã, tiền bạc, nhà cửa, xe hơi, máy tính để những người bên cõi âm sử dụng. Tại sao người ta làm như vậy? Tại vì người ta tưởng nhớ, thương tiếc những người thân đã qua đời. Đó là phương cách để biểu hiện những tâm tình rất tốt đẹp như sự hiếu thảo, niềm thương nhớ... Những đức tánh đó rất là quý mà nếu đánh mất đi, con người không còn văn minh nữa và đau khổ rất nhiều. Vì vậy, trong khi chúng ta chưa tìm ra được phương cách khác để thay thế mà lại bắt người ta bỏ phong tục đốt vàng mã thì cũng có nghĩa là bắt người ta bỏ đi những cái đẹp trong tâm hồn.

Nhà báo Hoàng Anh Sướng:

Theo Thiền sư, có phương thức nào thay thế tục đốt vàng mã mà vẫn nuôi dưỡng được những tình cảm tốt đẹp ấy?

Thiền sư Thích Nhất Hạnh:

Năm 1962, tôi viết đoản văn "Bông hồng cài áo." Rằm tháng Bảy năm ấy, sinh viên các trường đại học tại Sài Gòn đã tổ chức lễ "Bông hồng cài áo" đầu tiên trong lịch sử Việt Nam. Họ làm một cái lễ rồi mời bố mẹ tới và tỏ bày lòng hiếu thảo của mình. Mỗi người sẽ được cài lên ngực hai bông hoa. Nếu bố mẹ còn sống thì được cài hai bông hoa mầu hồng. Nếu một trong hai người đã chết thì mình được cài một bông mầu hồng và một bông mầu trắng. Và nếu hai người đều mất rồi thì mình được cài hai bông mầu trắng. "Bông hồng cài áo" cũng là một nghi lễ nhưng không có vẻ mê tín. Đó là một hành động rất đẹp. Từ năm 1962 đến nay cũng đã hơn nửa thế kỷ rồi, lễ "Bông hồng cài áo" đã thay thế được một phần nào cho tục đốt vàng mã. Ở trong nước cũng như ở ngoại quốc, đoản văn "Bông hồng cài áo" đã được dịch và in ra nhiều thứ tiếng, trong đó có tiếng Anh, Pháp, Đức, Hà Lan, Trung Hoa, Nga, Thái Lan và tiếng Lào….

Nhà báo Hoàng Anh Sướng:

Trong khi cúng lễ, người Việt thường cầu xin gia tiên phù hộ độ trì cho con cháu trên trần gian gặp nhiều may mắn, hạnh phúc, làm ăn phát đạt, gia đình thuận hòa… Sự cầu xin đó có phải là mê tín không, thưa Thiền sư?

Thiền sư Thích Nhất Hạnh:

Trước hết, tôi nghĩ cầu nguyện cũng là một hình thức truyền thông với tổ tiên. Điều này rất quan trọng. Mỗi khi có việc gì đó xảy ra trong gia đình, chúng ta có bổn phận phải báo cáo lên tổ tiên. Ví dụ như chúng ta gả con gái cho một anh chàng ở làng bên hoặc chúng ta gởi con trai vào trường đại học, tổ tiên cũng phải biết những điều đó. Thắp một cây hương, dâng một cành hoa trên bàn thờ, đó là một hành động truyền thông, không có gì là mê tín hết và bàn thờ có nghĩa là trái tim của chúng ta.

Nhà báo Hoàng Anh Sướng:

Vì không có truyền thông cho nên xã hội ngày nay đã tạo ra không biết bao nhiêu là "ma đói." Những con ma bằng thịt, bằng xương đàng hoàng. Họ đi bơ vơ trong cuộc đời. Họ không cảm thấy có chút gì dính líu tới gia đình, truyền thống, tổ tiên. Cha không truyền thông được với con, vợ không được truyền thông với chồng. Người trẻ không cảm thấy gia đình là tổ ấm hạnh phúc nên đã không tin vào gia đình. Nếu không tin vào gia đình, không tin vào cha mẹ thì làm sao tin được vào tổ tiên?

Thiền sư Thích Nhất Hạnh:

Đúng vậy. Xã hội chúng ta ngày nay, mỗi ngày tạo ra hàng trăm, hàng ngàn những con ma đói. Họ không biết họ thuộc vào một truyền thống, một gia đình, một nền văn minh nào. Họ khước từ tất cả những truyền thống, những cơ cấu, những cấu trúc xã hội mà họ đang có. Bởi họ đã từng đau khổ nhiều vì những cái đó: Vì gia đình, học đường, nhà thờ, chùa, vì xã hội, cho nên họ trở thành những con ma đói. Nhìn quanh, chúng ta sẽ thấy có rất nhiều ma đói, ở Tây phương cũng như ở Đông phương. Họ đói cái gì? Họ đói hiểu, đói thương, họ cảm tưởng rằng không ai hiểu, không ai thật sự thương họ, từ cha mẹ cho đến bạn bè, anh em, tổ tiên, dòng họ. Họ hoàn toàn mất gốc. Đó là hiện tượng phóng thể. Phóng thể tức là không còn thấy dính líu tới cái gì nữa. Chúng tôi gọi đó là những con ma đói. Những con ma đói không phải là những linh

hồn đi vất vơ, vất vưởng trên mây mà là những con người
bằng xương bằng thịt ngày hôm nay. Chúng tôi đã từng
gặp rất nhiều những con ma đói như vậy. Chúng tôi đã
đem tuệ giác và pháp môn của đạo Phật để cứu những
con ma đói đó, đưa họ về với gia đình, với truyền thống,
với nền văn hóa của họ.

Phải có truyền thông với tổ tiên chúng ta mới không bị bệnh, không bị mất gốc

"... Số người bị bệnh tâm thần ở trong xã hội chúng ta hôm nay rất đông mà nguyên do sâu sắc nhất là bị mất gốc, là phóng thể, là không còn truyền thông được với cha mẹ, với tổ tiên huyết thống và tổ tiên tâm linh. Thực tập như thế nào để giữ được truyền thông, tái lập được truyền thông rất là quan trọng. Trong đạo Phật chúng ta có rất nhiều phương pháp cụ thể để giúp tái lập truyền thông giữa cha mẹ, con cái, giữa vợ chồng và giữa mình với tổ tiên..."

Nhà báo Hoàng Anh Sướng:

Tôi cũng đã từng gặp rất nhiều những con ma đói ấy ở Việt Nam, Mỹ, châu Âu, Trung Quốc, Thái Lan... Dẫu gặp họ lần đầu tiên, tôi vẫn có thể dễ dàng nhận diện họ qua cách họ đi, cách họ nhìn, cách họ nói hay làm... Nó chứng tỏ họ là người không có gốc rễ, không có một dính líu gì với xã hội, với nền văn minh và với cấu trúc gia đình. Và tôi đau đớn nhận ra rằng: Tuy họ đói tình thương, đói hiểu biết nhưng nếu chúng ta đem tình thương, đem hiểu biết đến tặng họ thì họ cũng không tiếp nhận được vì họ có nỗi nghi ngờ rất lớn. Vậy bằng cách nào Thiền sư đã cứu được những con ma đói đó, đưa họ về với gia đình, với truyền thống, với nền văn hóa của họ?

Thiền sư Thích Nhất Hạnh:

Muốn giúp những con ma đói đó, chúng ta phải có rất nhiều kiên nhẫn. Chúng tôi đã từng giúp những con ma đói gốc Âu châu, gốc Mỹ châu, gốc Phi châu, Trung Á và Á Đông nên chúng tôi có rất nhiều kinh nghiệm. Bây giờ, xã hội Á Đông cũng bắt đầu sản sinh ra rất nhiều những con ma đói - những thanh niên và thiếu nữ bơ vơ trong cuộc đời. Họ không có được sự truyền thông với gia đình, với truyền thống, với tổ tiên và xã hội. Nếu họ cầu nguyện được tức là họ có thể nói chuyện được. Ví dụ như khi họ nói: "Lạy các Vua Hùng! Chúng con rất đội ơn các Vua Hùng đã có công dựng nước, giữ nước cho chúng con hôm nay có một giang sơn." Nói như vậy tức là đã truyền thông rồi, mà nếu truyền thông được thì không còn bị bế tắc và người đó sẽ khỏi bệnh, không mắc bệnh tâm thần. Cho nên chúng ta đừng vội vàng cho những lời cầu nguyện đó là mê tín. Nếu thực sự có tình thương và sự hiểu biết lớn, chúng ta sẽ dung nạp được tất cả. Ví như khi con bị ốm nặng, chúng ta cần phải lo nhiều chuyện: Gọi điện thoại cho bác sĩ, nấu cháo cho cháu, đốt một cây hương trên bàn thờ báo cáo với tổ tiên là: "Cháu đang bệnh nặng, xin tổ tiên ông bà phù hộ cho cháu." Đốt một cây hương trên bàn thờ tổ tiên để cầu sự che chở cho cháu, tôi nghĩ không phải là mê tín. Ta thấy rằng: Tổ tiên không phải ở ngoài chúng ta, không phải ở trên bàn thờ mà tổ tiên ở trong từng tế bào cơ thể chúng ta. Đã biết bản chất của tổ tiên là không sinh, không diệt mà chúng ta lại nói tổ tiên không còn nữa thì đó là một sai lầm. Tổ tiên đang có mặt đích thực trong từng tế bào của cơ thể chúng ta. Vì vậy, chúng ta có thể đối thoại với tổ tiên. Khi chúng ta nói: "Cháu nó ốm rất nặng, xin ông bà, tổ tiên che chở cho cháu…" là chúng ta đánh động đến sự có mặt của tổ tiên trong từng tế bào cơ thể chúng ta và cơ thể cháu. Nếu lắng nghe cho kỹ, chúng ta sẽ thấy có sự đáp ứng của tổ tiên.

Nhà báo Hoàng Anh Sướng:

Qua sự chia sẻ vừa rồi của Thiền sư, tôi chợt ngộ ra một điều: Việc cầu nguyện chữa lành bệnh hoàn toàn không mang mầu sắc gì huyền bí cả. Nó rất là khoa học.

Thiền sư Thích Nhất Hạnh:

Đúng thế. Có một phụ nữ Tây phương đến khóa tu trong tình trạng bị ung thư. Trong lúc buồn chán, tuyệt vọng, bà tiết lộ cho chúng tôi biết rằng: Bà có ông nội sống đến 96 tuổi. Tôi khuyên bà nên cầu nguyện ông nội đi: "Ông nội ơi! Con biết ông nội có một sức khỏe rất vững chãi. Con biết là những tế bào của ông nội đang có mặt trong tế bào của con. Ông nội giúp con đi." Sau một thời gian cố gắng thì căn bệnh ung thư của người phụ nữ đó đã lành. Vì bà đã đánh động, tiếp xúc được sự có mặt của ông nội trong từng tế bào cơ thể và ông nội có thể đáp ứng được bởi những tế bào rất tốt, rất khỏe mạnh của ông nội đang có mặt ở trong từng tế bào của bà. Chúng ta biết những gen mà tổ tiên để lại trong từng tế bào đang chờ đợi. Nếu có điều kiện thích ứng, nó sẽ xuất hiện. Chúng ta ai cũng có những gen của bệnh tâm thần nhưng nếu chúng ta sống trong môi trường tốt, gen của tâm thần sẽ không bao giờ xuất hiện. Cho nên vấn đề môi trường rất quan trọng. Đó là vấn đề hậu thiên. Tiên thiên sẵn đó nhưng phải có hậu thiên thì mới có cơ hội xuất hiện.

Nhà báo Hoàng Anh Sướng:

Thiền sư năm nay đã 88 tuổi. Chắc hẳn Thiền sư cũng đã nhiều lần ốm đau, bệnh tật. Vậy Thiền sư đã có những trải nghiệm nào tương tự như người phụ nữ trên không?

Thiền sư Thích Nhất Hạnh:

Một hôm, đang ngồi thiền, bỗng nhiên tôi thấy trong người rất khỏe. Tôi nói chuyện với bố tôi: "Bố ơi, hai bố con mình đã thành công rồi." Lúc đó, tôi cảm thấy hạnh phúc vô cùng. Vì trong giây phút ngồi thiền ấy, tôi cảm thấy hoàn toàn được tự do, thảnh thơi, không còn một ước mơ, một dự án nào phải theo đuổi, lôi kéo mình nữa hết. Tôi ngồi yên như núi Tu Di, rất vững chãi, rất thảnh thơi. Tại vì mình đã có được tự do, giải thoát.

Trước kia, bố tôi từng làm việc ở trong chính phủ Nam triều, đã có những lúc lên, lúc xuống. Ông đã từng đi tìm sự bình an của tâm hồn, cũng đã từng niệm Phật, tụng kinh nhưng chưa thành công. Đến đời tôi, tôi đã thực tập thành công. Tôi thấy rõ ràng là mỗi ngày mình đều được làm cái việc mình thích, mình được bước những bước chân thảnh thơi. Mỗi bước chân, mỗi cái nhìn, đưa mình tiếp xúc được những mầu nhiệm của sự sống, có tính cách nuôi dưỡng, trị liệu. Mỗi ngày mình có thể trao truyền được những gì đẹp nhất, hay nhất, quý nhất mà mình chế tác được trong đời sống tu tập cho những người đệ tử xuất gia và tại gia. Rồi tổ chức được những khóa tu cho người cư sĩ, giúp cho họ thiết lập lại được truyền thông, hòa giải, nở lại được nụ cười. Những điều đó đưa lại cho chúng tôi rất nhiều hạnh phúc. Mỗi ngày đều được làm những gì mình thích thì mình đâu cần cái gì nữa. Mỗi hơi thở, mỗi bước chân, mỗi nụ cười, mỗi cái nhìn đều đem lại hạnh phúc thì rõ ràng mình không còn tham vọng, hận thù hay vướng mắc nào nữa. Đó là sự thành công của người tu cho nên tôi mới nói chuyện với bố là: "Bố ơi, hai bố con mình đã thành công rồi! Bởi vì con thành công tức là bố thành công. Ngày xưa bố cũng niệm Bụt, cũng tụng kinh nhưng bố không thành công, chưa thành công nhưng con bây giờ có cơ hội thành công được. Như vậy, thành công của con cũng là thành công của bố." Khi mình nói chuyện với bố như vậy thì đó là sự truyền thông, sự thông thương.

Nhà báo Hoàng Anh Sướng:

Như vậy, trong khi thực tập cầu nguyện, cầu xin, chúng ta cần phải có tuệ giác: Đối tượng cầu xin với chủ thể là một?

Thiền sư Thích Nhất Hạnh:

Đúng thế. Nhưng trong hiện tại, những người cầu nguyện đang có thể truyền thông được với tổ tiên tâm linh hay là tổ tiên huyết thống của họ, chính cái đó giữ cho họ không bị bệnh tâm thần. Khi mình còn nói chuyện được, dù nói chuyện với tổ tiên huyết thống (tức ông bà) hay tổ tiên tâm linh (tức Phật, Bồ tát hay các vị Tổ sư) là còn có sự thông thương, mình chưa bị phóng thể, mình chưa bị mất gốc. Chúng tôi thấy rằng sự truyền thông đó rất quan trọng và mình đừng vội cho đó là mê tín.

Khi chúng ta đến đền Hùng hay đưa những người trẻ lên thăm đền Hùng, đó là một sự thực tập truyền thông tiếp xúc với tổ tiên. Chúng ta thấy hình ảnh Cụ Hồ, hình ảnh của một trong những vị tổ tiên còn trẻ ở những nơi gặp gỡ. Khi mình tiếp xúc được với Cụ Hồ là mình cũng có thể tiếp xúc được với Lý Thường Kiệt, với Trần Hưng Đạo, với các Vua Hùng. Phải có truyền thông chúng ta mới không bị bệnh, không bị mất gốc. Số người bị bệnh tâm thần ở trong xã hội chúng ta hôm nay rất đông mà nguyên do sâu sắc nhất là bị mất gốc, là phóng thể, là không còn truyền thông được với cha mẹ, với tổ tiên. Thực tập như thế nào để giữ được truyền thông, tái lập được truyền thông rất là quan trọng. Trong đạo Phật chúng ta có rất nhiều phương pháp cụ thể để giúp tái lập truyền thông giữa cha mẹ, con cái, giữa vợ, chồng và giữa mình với tổ tiên huyết thống và tổ tiên tâm linh.

Nếu không có niềm tin, bạn sẽ đau khổ

"... Tín là tin rằng có một con đường đưa ta tới tự do, giải thoát và chuyển hóa phiền não. Nếu thấy được con đường và đi theo, ta sẽ có quyền lực. Những người không có đường đi thì cứ luẩn quẩn, loanh quanh mãi. Họ đau khổ, họ không biết phải đi về đâu. Khi có lòng tin thì mắt bạn sáng ngời và bước chân bạn đầy tự tin. Đó chính là quyền lực. Bạn có thể phát huy quyền lực ấy từng giây phút mỗi ngày. Nó sẽ đem lại cho bạn rất nhiều hạnh phúc..."

Nhà báo Hoàng Anh Sướng:

Xin Thiền sư chia sẻ một vài phương pháp cụ thể để giúp tái lập truyền thông giữa cha mẹ - con cái, giữa vợ - chồng, giữa mình với tổ tiên huyết thống và tổ tiên tâm linh!

Thiền sư Thích Nhất Hạnh:

Chúng tôi đã sáng tạo ra phương pháp thực tập "Ba cái lạy và năm cái lạy" dành cho người Tây phương để giúp họ móc nối được với tổ tiên huyết thống. Họ đã tích cực thực tập và chữa trị được nhiều nỗi cô đơn, bức xúc, thiết lập lại truyền thông với truyền thống, với gia đình. Bạn hãy tưởng tượng một khu đồi rất lớn, 5.000 người châu Âu thực tập quỳ lạy dưới sự hướng dẫn của một sư thầy gốc Việt Nam; đầu, hai tay, hai chân của họ dính vào đất, chúng tôi gọi là "ngũ thể đầu địa." Họ buông xả hết những giận hờn, tuyệt vọng để cho đất mẹ ôm ấp lấy. Họ nằm trong tư thế phủ phục 2 - 3 phút để quán chiếu, để thấy rõ ràng rằng: Họ có gốc rễ và họ tiếp xúc được với tổ tiên tâm linh, tổ tiên huyết thống. Và khi đứng lên, họ đã trở thành một con người khác.

Nhà báo Hoàng Anh Sướng:

Phương pháp thực tập "ba cái lạy và năm cái lạy" mà Thiền sư chế tác có bắt nguồn từ Phật giáo?

Thiền sư Thích Nhất Hạnh:

Chúng tôi đã chế biến nghi thức này từ trong kho tàng giáo lý đạo Phật. Bên cạnh đó, chúng tôi còn sáng tác ra lời cầu nguyện đầu năm cho người Tây phương vào ngày Tết dương lịch. Thay vì mở nút chai champagne và chơi nhạc, họ có thể đốt hương, đứng chắp tay trước bàn thờ tổ tiên, đọc bài cầu nguyện và hứa với tổ tiên là trong năm mới sẽ sống một cuộc sống vững chãi hơn, thảnh thơi hơn, sẽ thương yêu nhau nhiều hơn và chấp nhận, tha thứ cho nhau. Đó là thứ truyền thông giúp cho tinh thần chúng ta được khỏe mạnh, không lâm vào tình trạng mất gốc và phóng thể. Chúng ta như là cây có gốc, sông có nguồn, sẽ không bao giờ đánh mất mình và luôn mang tổ tiên đi vào tương lai.

Nhà báo Hoàng Anh Sướng:

Theo Thiền sư, tổ tiên huyết thống nằm trong từng tế bào cơ thể mình. Vậy tổ tiên tâm linh nằm ở đâu? Ở trong mình hay ở cõi cao siêu, huyền bí nào?

Thiền sư Thích Nhất Hạnh:

Trong Cơ Đốc giáo cũng như trong đạo Bụt, đối tượng mà chúng ta cầu nguyện đang nằm ở trong ta chứ không phải ở ngoài ta. Bụt và Thượng Đế đều nằm trong trái tim ta. Nghĩ rằng Bụt và Thượng Đế ở ngoài ta là một sai lầm, không phải chỉ sai với giáo lý đạo Bụt mà còn sai với Kinh Thánh của đạo Cơ Đốc nữa.

Nhà báo Hoàng Anh Sướng:

Vậy làm thế nào để ta chạm tới được Thượng Đế? Làm thế nào để ta gởi được cái năng lượng của ta về Thượng Đế, xúc tác được với năng lượng của Thượng Đế và để cho cái năng lượng vô cùng vô biên đó chuyển hóa tình trạng của ta?

Thiền sư Thích Nhất Hạnh:

Người thương của chúng ta đang bị đau khổ, hiểm nguy. Chúng ta cần bao bọc, che chở họ bằng những năng lượng lành để họ đủ sức vượt qua cơn hiểm nguy cho nên chúng ta mới cầu nguyện. Khi cầu nguyện, muốn chạm tới được Thượng Đế, chúng ta có thể dùng một trong ba cái chìa khóa, đó là Vô thường, Vô ngã và Niết Bàn.

Ai mà không chấp nhận sự thật vô thường? Người đạo Bụt chấp nhận vô thường mà người đạo Chúa cũng chấp nhận vô thường. Nhờ vô thường mà mọi thứ đều trở nên có thể! Vô ngã là một mặt khác của vô thường. Sự vật là vô thường, biến chuyển và không có một thực thể riêng biệt, một cái ta độc lập. Chúng ta đã học rằng người cầu nguyện và người được cầu nguyện đều không có một cái ta riêng biệt. Thượng Đế có đó vì ta có đây. Nếu không có ta ở đây thì làm sao ta biết rằng Thượng Đế có đó? Cho nên cái nguyên tắc vô ngã này là một chìa khóa rất mầu nhiệm, nó mở ra cho chúng ta những cánh cửa rất lớn.

Chìa khóa thứ ba là Niết Bàn. Niết Bàn là gì? Niết Bàn có phải là một thực thể tách biệt ra khỏi thế giới sanh tử mà chúng ta đang sống đây hay không? Niết Bàn và sanh tử có phải là hai cái biệt lập hay không? Theo cái chìa khóa thứ hai thì Niết Bàn và sanh tử, tuy gọi là hai nhưng kỳ thực là một. Cũng như sóng và nước. Sóng khác với nước. Nhưng ngoài sóng không có nước, ngoài nước không có sóng. Vì vậy cho nên đứng về phương diện hiện tượng thì chúng ta gọi nó là thế giới sinh tử, nhưng đứng về phương diện bản chất thì chúng ta gọi nó là Niết Bàn.

Chúng ta hãy nhìn sâu hơn để biết làm thế nào mà tiếp xúc được với Thượng Đế. Nhiều nhà thần học Kitô giáo nói rằng: Thượng Đế là nền tảng của hiện hữu. Một trong những người đó là Paul Tillich - thần học gia người Đức. Theo định nghĩa đó, nếu Thượng Đế là bản chất của hiện hữu, là nền tảng của hiện hữu thì hiện hữu là gì? Hiện hữu là những sáng tạo phẩm của Thượng Đế. Như vậy thì làm thế nào để tiếp xúc với Thượng Đế nếu ta không tiếp xúc được với tạo vật? Chúng ta có hai chữ Creator là tạo hóa và Creature là tạo vật. Chúng ta chỉ có thể tiếp xúc được với Thượng Đế qua tạo vật mà thôi. Cũng như chúng ta chỉ tiếp xúc được với nước qua sóng. Cho nên trong khi cầu nguyện, chúng ta có thể tiếp xúc với thế giới hiện tượng. Hiện tượng nào cũng mang theo bản chất ở trong nó. Nếu chúng ta biết tiếp xúc sâu sắc và nhận diện cái tính cách vững chãi, thảnh thơi và mầu nhiệm của những hiện tượng đó thì qua thế giới hiện tượng, chúng ta có thể tiếp xúc được với thế giới của bản thể, thế giới của Niết Bàn, của Thượng Đế.

Nhà báo Hoàng Anh Sướng:

Tại sao có những người cầu nguyện không thành công, thưa Thiền sư?

Thiền sư Thích Nhất Hạnh:

Tại phẩm chất của sự cầu nguyện còn yếu kém. Ở đây, tôi không nói phẩm chất của lời cầu nguyện mà nói phẩm chất của sự cầu nguyện. Tại vì cầu nguyện theo đúng phương pháp là thân, khẩu, ý phải hợp nhất. Cho nên đây không phải chỉ là lời cầu nguyện mà là tâm cầu nguyện. Bởi vậy, đừng đi tìm một Thượng Đế trừu tượng, đừng cầu nguyện Thượng Đế như một ý niệm trừu tượng. Đó là điều rất quan trọng. Phải đến với Thượng Đế qua những gì rất cụ thể. Đó là những biểu tượng của Thượng Đế trong thế giới hiện tượng. Con người cũng có chất thánh của Thượng Đế và cũng cùng chia sẻ cái bản chất thánh thiện đó. Cầu nguyện bao giờ cũng có kết quả nhưng cái mức thành công của sự cầu nguyện khác nhau. Khi câu trả lời là "không" thì chưa chắc đã là không có hiệu quả! Đã có hiệu quả rồi, nhưng mình không thấy được, cho nên mình cho là không đấy thôi. Tại vì mình đâu biết được cái nhu yếu đích thực của mình? Trong khi đó thì cái Tâm thức cộng đồng, cái Nhất tâm hay là Thượng Đế, biết rõ hơn mình, biết cái gì tốt cho mình hơn.

Nhà báo Hoàng Anh Sướng:

Trong cầu nguyện, muốn thành công, đức tin rất quan trọng. Nhưng đôi khi, đức tin lại dễ trở thành mê tín.

Thiền sư Thích Nhất Hạnh:

Nguồn năng lượng thứ nhất là đức tin (tín). Có đức tin chúng ta sẽ có sức mạnh. Trong Thánh kinh, Chúa Jesus nói rằng người có đức tin có thể di chuyển cả trái núi. Tuy nhiên, chữ tín ở đây nên dịch là "tự tin", "tin cậy" thì hay hơn, bởi vì đó là một nguồn năng lượng ở trong ta chứ không phải hướng ra bên ngoài.

Tổ Lâm Tế từng nói: "Quý vị thiếu tự tin, cho nên cứ mãi rong ruổi hướng ngoại tìm cầu. Quý vị phải tin rằng quý vị có khả năng thành Bụt, có khả năng giác ngộ, thoát ly phiền não."

Tín là tin rằng có một con đường đưa ta tới tự do, giải thoát và chuyển hóa phiền não. Nếu thấy được con đường và đi theo, ta sẽ có quyền lực. Những người không có đường đi thì cứ luẩn quẩn, loanh quanh mãi. Họ đau khổ, họ không biết phải đi về đâu. Bạn cũng từng tìm kiếm một con đường, và bây giờ bạn tìm ra con đường ấy. Vậy là bạn đã thấy được đạo rồi. Nếu chứng nghiệm ít nhiều rằng: con đường ấy dẫn tới một cuộc sống tốt lành thì bạn sẽ khởi lòng tin. Bạn sẽ rất sung sướng thấy là mình đã có một con đường và khi ấy, bạn bắt đầu có quyền lực. Quyền lực này sẽ không gây tác hại cho bạn hay những người xung quanh, trái lại, đem tới cho bạn sức mạnh và năng lượng mà ai cũng có thể cảm nhận. Khi có lòng tin thì mắt bạn sáng ngời và bước chân bạn đầy tự tin. Đó chính là quyền lực. Bạn có thể phát huy quyền lực ấy từng giây phút mỗi ngày. Nó sẽ đem lại cho bạn rất nhiều hạnh phúc.

Nhà báo Hoàng Anh Sướng:

Như vậy, đức tin phải được khởi phát từ nội tại trong ta, thưa Thiền sư?

Thiền sư Thích Nhất Hạnh:

Nếu một pháp môn thực tập đem lại kết quả, giúp ta thêm chánh niệm, định lực và niềm vui thì niềm tin của ta sẽ bắt nguồn từ đó chứ không phải do một người khác mách bảo. Đức tin này không phải là tin vào lời nói suông mà là tin vào kết quả cụ thể của sự thực tập. Khi bạn thực tập hơi thở chánh niệm thành công, bạn sẽ cảm thấy nhẹ nhàng, vững chãi, thảnh thơi và lòng tin sẽ phát sinh từ kinh nghiệm đó. Đây không phải là mê tín, cũng không phải là nhờ cậy vào một ai khác. Năng lượng của niềm tin đem lại cho bạn rất nhiều hạnh phúc. Nếu không có niềm tin, không có năng lượng của sự tự tin thì bạn sẽ đau khổ. Nhìn kỹ, ta sẽ thấy rằng năng lượng của sự tỉnh thức, từ bi và trí tuệ đã có sẵn trong ta. Thấy được năng lượng ấy đang tiềm tàng và là một phần của con người ta thì ta sẽ tin tưởng vào nguồn năng lượng này. Nếu biết cách thực tập, ta sẽ chế tác được năng lượng của tỉnh thức, từ bi và trí tuệ để tự bảo vệ mình và giúp thành công trong mọi việc.

Cha mẹ là Bụt, đừng đi tìm Bụt nơi nào khác

"... Có những người trẻ dại dột đã đi tự tử. Đó là một hành động tuyệt vọng nhưng cũng là một hành động trừng phạt. Trừng phạt người đã làm mình khổ, trong trường hợp này, đó là những vị sinh thành ra mình. Ta sinh ra đời để thương yêu, không phải để trừng phạt. Chết như thế là một sự thất bại. Nếu bạn là Phật tử, bạn phải biết giáo pháp Đức Thế tôn có công năng chuyển rác thành hoa, biến phiền não thành bồ đề, dựng lại tình thâm từ xác chết hận thù. Cha mẹ là Bụt đó, đừng đi tìm Bụt nơi nào khác. Ngày hôm nay bạn nói được câu gì, làm được cử chỉ gì để cha mẹ vui thì làm ngay đi, đừng để tới ngày mai, sợ rằng muộn quá..."

Nhà báo Hoàng Anh Sướng:

Tôi rất tâm đắc với những gì Thiền sư chia sẻ về sinh tử, luân hồi, về sự liên hệ giữa hai cõi âm dương. Bây giờ, tôi đã thực sự hiểu và tin, những người đã khuất đang có mặt trong từng tế bào cơ thể chúng ta, giống như là đám mây trở thành mưa và nước mưa trở thành nước trà. Và như thế, tổ tiên đang được tiếp nối trong chính mình. Nếu chúng ta khỏe mạnh, nhẹ nhàng và tự do trong thân, tâm thì tổ tiên của chúng ta cũng sẽ được như vậy. Những người thương của chúng ta không có chết. Họ đang tiếp tục trong nhiều hình thái khác. Nếu ta nhìn sâu, ta sẽ nhận diện ra sự luân hồi của người kia, cùng khắp quanh ta và ngay cả trong ta. Và điều này, sẽ giúp ích nhiều lắm cho những người có người thân hy sinh trong các cuộc chiến. Nỗi đau mất mát, nỗi khắc khoải đi tìm hài cốt người thân sẽ dịu bớt phần nào nếu họ hiểu, họ ngộ ra được sự luân hồi, sự tiếp nối mà Thiền sư vừa chia sẻ.

Thiền sư Thích Nhất Hạnh:

Tôi muốn nói thêm một điều nữa với những người có cha, chồng, con hy sinh ngoài chiến trận mà chưa tìm được hài cốt, là: Dù thân xác họ còn nằm đâu đó ở Quảng Trị, Tây Ninh, trên những dãy núi ngút ngàn Trường Sơn hay tận Gia Lai, Kon Tum… thì họ vẫn nằm trong lòng đất mẹ Việt Nam, được đất mẹ Việt Nam ôm ấp, chở che. Nếu chúng ta cứ thao thiết đi tìm bằng được những nắm xương tàn sau mấy mươi năm dầm sương giãi nắng ấy để đưa về quê hương thì những người thân của hơn 50.000 lính Mỹ đã bỏ mạng trên chiến trường miền Nam Việt Nam, xác thân còn vùi sâu đâu đó trong lòng đất lạnh Việt Nam, họ sẽ đau khổ biết nhường nào.

Nhà báo Hoàng Anh Sướng:

Thưa Thiền sư! Nhưng người Việt Nam chúng ta, do ảnh hưởng rất nhiều của đạo Nho nên trong đời sống tâm linh, vấn đề mồ mả, hài cốt rất quan trọng. "Sống là nhờ mồ nhờ mả. Không ai sống bằng cả bát cơm." Hiện nay, chúng ta chưa có một con số thống kê chính xác về số hài cốt liệt sĩ chưa tìm thấy sau chiến tranh nhưng ước chừng còn khoảng 300.000 hài cốt còn vùi xác thân trong rừng sâu, núi thẳm. Ngày ngày, vẫn còn hàng ngàn người mẹ, người vợ, người con đau đáu, khắc khoải để rồi bằng mọi cách đi tìm hài cốt của chồng, con mình. Những cuộc đi tìm ấy vô cùng gian nan và tốn kém. Thiền sư có cách nào giải quyết bằng tâm linh không?

Thiền sư Thích Nhất Hạnh:

Tôi nghĩ, một trong những cách tốt nhất mà chúng ta có thể làm là lập những "trai đàn chẩn tế giải oan" để cầu nguyện và giải trừ oan khổ, cầu siêu độ cho tất cả đồng bào tử nạn trong chiến tranh, trong đó có chiến sĩ trận vong, nạn nhân chiến tranh, những người bị mất tích mà hài cốt chưa tìm được..., không phân biệt chủng tộc, Bắc - Nam, tôn giáo, chính kiến, già trẻ hay trai gái… Đất nước đã được thống nhất, hòa bình đã được tái lập từ lâu, chúng ta có dịp trở về với nhau, nắm tay nhau, chấp nhận nhau để cùng cầu nguyện cho nhau, cho những người đã khuất và những người còn đang tiếp tục gánh chịu oan nghiệt và để tất cả cùng có cơ hội chữa lành những vết thương rướm máu lâu ngày chưa lành. Các đại trai đàn chẩn tế giải oan là một trong những hình thức thực tập chữa trị thương tích, nối kết lại tình đồng bào ruột thịt. Cho nên, đây không thuần là vấn đề tôn giáo mà là phương pháp tâm lý trị liệu. Tôi đã đi qua cuộc chiến tranh ở Việt Nam, tôi biết phía nào cũng có người trực tiếp hoặc gián tiếp gánh chịu khổ đau. Những vết thương trong lòng nếu không trị liệu có thể sẽ truyền lại cho con cháu. Đứng về phương diện lịch sử cũng như tâm lý, lễ trai đàn bình đẳng chẩn giới (cầu siêu cho tất cả mọi người) có tác dụng trị liệu. Trị liệu để chấm dứt và không truyền khổ đau, hận thù đến thế hệ tương lai.

Nhà báo Hoàng Anh Sướng:
Xin Thiền sư chia sẻ thêm về vấn đề tâm lý trị liệu qua những trai đàn chẩn tế giải oan!

Thiền sư Thích Nhất Hạnh:
Trong phương pháp thực tập của đạo Bụt có cái "hiểu" và "thương." Khi mình hiểu được thì mình có thể chấp nhận được, có thể xóa bỏ những hiểu lầm, giận hờn, trách móc. Nếu Bắc - Nam cùng nắm tay nhau, trong và ngoài nước nắm tay nhau thì cơ hội của đất nước sẽ lớn hơn. Đất nước ta đang có những cơ hội lớn, đừng đánh

mất cơ hội này. Sau khi thống nhất đất nước, chúng ta phải tìm cách thống nhất lòng người.

Nương vào pháp lực của Tam bảo và của tâm thức từ bi cộng đồng mà sự trị liệu ấy được thực hiện nơi những người đã khuất và nơi những người còn sống. "Đàn trai" không phải là một cái gì mê tín, thuần túy tôn giáo mà là một pháp thực tập tâm lý trị liệu rất khoa học, tuy nó có tính cách lễ hội dân gian. Đây là sự thực tập có tác dụng trị liệu, đã có từ lâu đời và ăn sâu vào truyền thống của người Việt. Phần đông chúng tôi đều tin rằng, linh hồn của những người đã khuất đáp ứng lại lời mời của chúng tôi đến thọ thực trong thời gian các Đại trai đàn. Chúng tôi sẽ cúng dường thức ăn, nước uống và đặc biệt là cúng dường pháp để họ có thể nghe kinh chuyển hóa những đau khổ của họ, và để họ có thể được sinh ra ở những nơi tốt hơn.

Nhà báo Hoàng Anh Sướng:
Vậy Thiền sư đã thực hiện nghi lễ truyền thống tôn giáo này ở Việt Nam bao giờ chưa?

Thiền sư Thích Nhất Hạnh:
Năm 2007, khi về Việt Nam, được phép của Thủ tướng chính phủ, chúng tôi đã tổ chức 3 đại trai đàn chẩn tế cầu siêu bình đẳng giải oan cho người Bắc, người Nam, cho người cộng sản và cả cho người chống cộng sản. Đó là tuệ giác của nhà nước Việt Nam. Đó là lần đầu tiên,

người cộng sản và những người chống cộng sản được ôm lấy nhau để cùng khóc thương, cầu nguyện cho 6 triệu người chết, trong đó có bao người chết oan. Thực tập đó theo đúng tinh thần đạo Phật, buông bỏ những hận thù, bực bội, khổ đau trong quá khứ, đóng góp vào sự thống nhất lòng người. Công việc đó cần phải được tiếp tục, mọi giới đều phải đóng góp vào. Ba trai đàn chẩn tế cũng chỉ là sự bắt đầu. Tôi nghe nói rằng nhiều vị thượng tọa, đại đức cũng đang tổ chức những trai đàn như vậy ở các địa phương. Đó là sự tiếp nối. Những công việc như thế rất quan trọng bởi thống nhất lòng người là điều căn bản. Hiện ta có điều kiện làm việc đó. Những người Phật tử hiện đại hóa, làm mới được đạo Phật thì đạo Phật đóng góp được rất nhiều trong sự nghiệp thống nhất lòng người.

Nhà báo Hoàng Anh Sướng:

Trong văn hóa tâm linh Việt Nam, hàng năm còn có lễ Vu lan để tưởng nhớ công ơn cha mẹ và tổ tiên nói chung. Ngày lễ đặc biệt này cũng trùng với ngày Rằm tháng 7 xá tội vong nhân. Theo tín ngưỡng dân gian, đây là ngày mở cửa ngục, ân xá cho vong nhân nên có lễ cúng cô hồn (vào buổi chiều) cho các vong linh không nhà cửa, không nơi nương tựa, không có thân nhân trên dương thế thờ cúng. Là một người rất quan tâm đến giới trẻ, Thiền sư có nhắn nhủ điều gì nhân mùa lễ Vu lan năm nay?

Thiền sư Thích Nhất Hạnh:

Ngày lễ "Bông hồng cài áo" không chỉ để tưởng nhớ công ơn mẹ cha. Các bạn phải biết thực tập nhìn sâu, tức là thực tập thiền quán trong ngày ấy. Phải thấy được những tài năng, đức hạnh và nét đẹp nào mà mình đã tiếp nhận từ cha, mẹ, thấy được cha, mẹ không phải là những thực tại có ngoài mình mà đang có ngay trong mình. Mình là sự tiếp nối của cha, của mẹ. Và mình mang mẹ cha đi về tương lai. Phải biết mỉm cười cho mẹ, thở cho cha và bước đi cho cả hai. Sự tiếp nối đẹp đẽ của cha mẹ nơi mình là biểu hiện cụ thể nhất cho lòng hiếu.

Nếu bạn lỡ có những khó khăn với cha hay mẹ thì đừng nghĩ cạn là cha, mẹ không thương. Có thể những vụng về trong quá khứ về phía họ đã tạo ra những lớp khổ đau đè nặng và làm khuất lấp tình thương ấy. Mình biết nếu có gì xảy ra cho mình thì cha mẹ sẽ khóc hết nước mắt. Và nếu có gì xảy ra cho mẹ hay cha thì mình cũng sẽ khóc rất nhiều. Phải thấy rằng các vị đã có nhiều khổ đau, khó khăn mà chưa đủ khả năng chuyển hóa nên đã tự làm khổ mình và làm khổ lây đến các con. Mình cũng vậy. Mình đã khổ đau vì hiểu lầm, vì bực tức nên đã lỡ nói những lời không dễ thương, có những phản ứng không đẹp đẽ với cha, mẹ. Bên nào cũng chịu một phần trách nhiệm. Thấy được cái khổ của cha, của mẹ, mình tìm cách giúp họ. Mình phải biết nói lời hối lỗi đã không giúp được mẹ cha mà còn làm cho họ khổ đau thêm. Sử dụng pháp lắng nghe và ái ngữ để tái lập được truyền thông, để dựng lại thâm tình, đó là điều mình có thể làm được.

Có những người trẻ dại dột đã đi tự tử. Đó là một hành động tuyệt vọng nhưng cũng là một hành động trừng phạt. Trừng phạt người đã làm mình khổ, trong trường hợp này, đó là những vị sinh thành ra mình. Ta sinh ra đời để thương yêu, không phải để trừng phạt. Chết như thế là một sự thất bại. Nếu bạn là Phật tử, bạn phải biết giáo pháp Đức Thế tôn có công năng chuyển rác thành hoa, biến phiền não thành bồ đề, dựng lại tình thâm từ xác chết hận thù. Cha mẹ là Bụt đó, đừng đi tìm Bụt nơi nào khác. Ngày hôm nay bạn nói được câu gì, làm được cử chỉ gì để cha mẹ vui thì làm ngay đi, đừng để tới ngày mai, sợ rằng muộn quá. Đọc "Bông hồng cài áo" để nhớ điều đó.

Ta hãy tôn vinh mẹ, cha trong trái tim. Bụt dạy: Vào thời không có Bụt ra đời thì thờ cha, thờ mẹ cũng là thờ Bụt. Đây là điều tôi muốn nói với các bạn trẻ ở Việt Nam cũng như trên thế giới.

Phật không phải là một vị thần linh mà đích thực là một con người đã đắc đạo, có tuệ giác cao siêu nhờ tu tập

"... Đức Phật không phải là một đấng tạo hóa hay một vị thần linh mà đích thực là một con người, một người đã đắc đạo, có tuệ giác cao siêu nhờ tu tập. Đạo Phật là một phương pháp sống nương vào tự lực hơn là nương vào một quyền lực linh thiêng bên ngoài không có giáo điều, không mặc khải, không xung đột báng bổ với bất cứ một truyền thống tâm linh nào và trong bản chất đích thực của nó cũng không xung đột với khoa học hiện đại..."

Nhà báo Hoàng Anh Sướng:

Thưa Thiền sư! Có một điều khiến tôi và có lẽ không ít người băn khoăn là tại sao Thiền sư hay dùng chữ "đạo Bụt" mà không phải là "đạo Phật" như mọi người thường dùng?

Thiền sư Thích Nhất Hạnh:

Sở dĩ chúng tôi dùng chữ đạo Bụt mà không dùng chữ đạo Phật vì chúng tôi nghĩ rằng: Chữ Bụt có tính dân tộc hơn chữ Phật. Các nước chung quanh chúng ta đều còn gọi Buddha là Bụt. Dân Việt Nam cho đến thế kỷ thứ XIII - XIV vẫn còn gọi Buddha là Bụt. Chỉ từ khi quân Minh sang chiếm nước ta, chúng ta mới bắt đầu bắt chước họ gọi là Phật thôi. Nếu bạn đọc bài phú Nôm "Đắc thú long tuyền thành đạo ca" của vua Trần Nhân Tông, bạn sẽ thấy rằng: Ngài vẫn dùng chữ Bụt. Tổ thứ ba của phái Trúc Lâm - ngài Huyền Quang - cũng dùng chữ Bụt.

Thiền sư Khuy Cơ là đệ tử lớn của Tam Tạng Pháp sư Huyền Trang nói: *"Chữ Buddha đáng lý phải dịch là Bụt Đà nhưng người ta đã dịch lầm là Phật."* Chính những vị cao tăng bên Trung Quốc đời Đường đã thấy, như vậy, sự sai lầm của một nước, không có lý gì một nước khác cũng phải sai lầm theo? Chúng tôi đã cương quyết sử dụng chữ Bụt và đạo Bụt. Nếu chúng ta cần dùng danh từ Hán Việt thì chúng ta dùng Phật giáo, còn nếu đạo là đạo Bụt. Ngày Phật đản hay là ngày đản Bụt, Phật tử hay là con Bụt. Như vậy ngôn ngữ của chúng ta được giàu có thêm lên vì chúng ta không bỏ chữ Phật mà chúng ta phục hồi được chữ Bụt. Trong tác phẩm "Đường xưa mây trắng", chúng tôi sử dụng chữ Bụt và chữ Bụt có vẻ thân thương, gần gũi hơn chữ Phật nhiều lắm. Chắc bạn cũng biết rõ là trong kho tàng truyện cổ tích, ca dao của nước ta, dân chúng vẫn còn duy trì cách gọi Buddha là Bụt.

Nhà báo Hoàng Anh Sướng:

Thiền sư đã có bề dày gần 50 năm truyền bá không ngừng nghỉ đạo Phật trên toàn thế giới, đặc biệt là ở các nước phương Tây và Mỹ. Xin ngài chia sẻ vài điều về những cống hiến quý báu ấy!

Thiền sư Thích Nhất Hạnh:

Khi rời quê hương năm 1966, chúng tôi đâu có ý muốn đi sang Tây phương để truyền bá Phật pháp đâu. Chúng tôi chỉ muốn ở bên đó chừng ba tháng để kêu gọi thế giới góp một tay chấm dứt cuộc chiến tranh thảm khốc ở Việt Nam. Nhưng vì thời thế xảy ra như vậy cho nên chúng tôi đã không được về nước trong 39 năm. Chúng tôi phải làm đủ mọi cách để cống hiến những gì mình có thể làm được cho thế giới Tây phương. Chúng tôi đã tu tập, sử dụng những yếu tố của nền văn hóa Việt Nam để giúp cho người Tây phương.

Trong 40 năm ấy, chúng tôi làm việc như một đại sứ văn hóa cho đất nước. Chúng tôi đã chia sẻ sự thực tập đạo Phật với người Tây phương. Hiện giờ, đạo Phật ở phương Tây phát triển rất mạnh và nhanh, được giới trẻ, giới trí thức hâm mộ nhiều. Chúng tôi đã mở những khóa tu tập riêng cho giới doanh nhân, giới bảo vệ môi trường, giáo chức, cựu chiến binh, văn nghệ sĩ... Có khóa tu cho giới diễn viên Hollywood, dân biểu quốc hội Hoa Kỳ, những người lo an ninh (cảnh sát, người giữ tù...), luật sư... Đây đúng là đạo Phật đi vào cuộc đời. Mình không cần phải quy y nhưng có thể thừa hưởng kho tàng tuệ giác của đạo Phật để tháo gỡ khó khăn trong đời sống nội tâm, tái lập lại truyền thông với những người khác, trong đó có gia đình, đồng nghiệp, đem lại hạnh phúc trong đời sống hàng ngày.

Nhà báo Hoàng Anh Sướng:

Cùng với Đức Đạt Lai Lạt Ma của Tây Tạng, Thiền sư được người đời tôn vinh là một trong hai lãnh tụ tinh thần nổi tiếng thế giới. Suốt 2 tháng qua, được đi theo Thiền sư dọc nước Mỹ để truyền bá đạo Phật, tôi đã tận mắt chứng kiến ảnh hưởng to lớn của Thiền sư đối với dân Mỹ như thế nào. Thiền sư có thể lý giải vì sao Phật giáo lại được chấp nhận và ngày càng phát triển ở những vùng đất như châu Âu, nước Mỹ, nơi các tôn giáo khác như Công giáo, Tin Lành... đã bám rễ rất sâu, rộng?

Thiền sư Thích Nhất Hạnh:

Tôi nghĩ một phần vì những cố gắng hiện đại hóa Cơ Đốc giáo, Do Thái giáo chưa thành công lắm, trong khi chúng tôi thành công trong sự hiện đại hóa đạo Phật. Đến nay, đạo Phật đã có trên 25 thế kỷ. Ở phương Tây, đạo Phật được chúng tôi trình bày với ngôn ngữ mới, dễ hiểu, gần gũi với con người của thời đại, đưa ra những pháp môn tu tập rất thực tế để giúp mỗi cá nhân tháo gỡ những khó khăn ngay khi tu tập. Có những người đã từng là Linh mục nhưng đạo Phật đã giúp họ tìm ra biện pháp cụ thể để tháo gỡ khó khăn. Ví dụ như mục sư Cyber Lee ở Houston, Texas. Nhờ đọc sách của tôi, áp dụng sự thực tập học ở trong sách mà chữa lành bệnh ung thư, nên sau đó đã xin thụ trì 5 giới, quy y tam bảo mà không thấy có sự mâu thuẫn gì giữa đức tin Cơ Đốc giáo của bản thân với tuệ giác đạo Phật. Sau đó vị mục sư này đến Làng Mai tu học 3 tháng mùa đông, tiếp tục tu học cho đến khi thành một vị giáo thọ của Làng Mai, tức là người có khả năng mở những khóa tu theo giáo lý đạo Phật. Vị mục sư này đã viết thư cho bề trên, đề xuất nguyện vọng muốn được vừa làm mục sư, vừa làm giáo thọ đạo Phật, trong trường hợp bề trên không cho thì sẽ chỉ làm giáo thọ đạo Phật. Chúng tôi được tin là bề trên đã đồng ý cho ông vừa làm mục sư, vừa làm giáo thọ. Sáng Chủ nhật ông giảng bài cho con chiên, buổi chiều thì hướng dẫn thiền tập cho mọi người, trong đó có cả những người trong nhà thờ. Chúng tôi không nghĩ phải từ bỏ đạo Thiên Chúa hay Do Thái mới theo được đạo Phật vì đạo Phật không chỉ là tôn giáo tín ngưỡng mà còn là nguồn tuệ giác sâu sắc mà bất cứ ai cũng có thể thừa hưởng để tháo gỡ những khó khăn trong đời sống nội tâm, giúp cho đời sống an lạc, hạnh phúc.

Chúng tôi ở Tây phương có hoàn cảnh thuận tiện nên hiện đại hóa đạo Phật rất dễ dàng, đào tạo những thế hệ tu sĩ, tăng sinh, thầy và sư cô mới, cư sĩ mới. Chúng tôi không tốn quá nhiều thời giờ mà vẫn đào tạo được những giáo thọ có khả năng mở những khóa thực tập, trong đó người ta tới học những cái chúng tôi vừa trình bày. Học làm thế nào đem lại cái an, cái lạc cho thân tâm, thiết lập truyền thông với người khác, xóa bỏ hận thù bạo động, đem lại hạnh phúc. Sự thành công là nhờ ở chỗ chúng tôi dám làm mới đạo Phật, đem lại một đạo Phật thích hợp với tuổi trẻ, với người trí thức bây giờ. Việt Nam hiện giờ có nhiều điều kiện để làm mới, hiện đại hóa đạo Phật.

Nhà báo Hoàng Anh Sướng:

Với đạo Phật ở Việt Nam, phần lớn các Phật tử mới thực tập tín mộ, tín ngưỡng, chứ ít người sử dụng được tuệ giác đạo Phật để chuyển hóa thân tâm, tháo gỡ những khó khăn. Tôi tin, cầu nguyện cũng phần nào đem lại sự an lạc vì giúp lắng dịu những khổ đau, lo lắng. Nhưng muốn giải quyết tận gốc vấn đề thì phải có tuệ giác. Vậy làm thế nào để có tuệ giác của Bụt?

Thiền sư Thích Nhất Hạnh:

Tuệ giác phải do tu tập mới có được. Ở Tây phương, chúng tôi đã và đang xướng xuất phong trào Phật học ứng dụng. Hạnh phúc là an lạc, không có an thì không có lạc, an trong thân và trong tâm. Nếu con người chứa chất quá nhiều sự căng thẳng, stress, thân không an thì tâm làm sao an được? Trong khi đó tâm có những cảm giác, cảm xúc như giận hờn, tuyệt vọng, bạo động, nếu không có phương pháp cụ thể thì làm sao nhận diện và chuyển hóa được những bất an của tâm? Trong kinh niệm xứ hay kinh "Quán niệm hơi thở", Đức Thế tôn đã dạy những phương pháp cụ thể để làm lắng dịu những căng thẳng trong thân, trong tâm, rồi nhìn sâu để xem gốc rễ của những khổ đau phiền não đó do đâu, từ đó mới bắt đầu chuyển hóa được những tâm hành. Đó là phương pháp khoa học.

Sở dĩ người Tây phương theo chúng tôi học hỏi, thực tập nhiều vì chúng tôi không hiến tặng cho họ đạo Phật của đức tin mà hiến tặng cho họ đạo Phật của sự thực tập kinh nghiệm. Bởi Đức Phật không phải là một đấng tạo hóa hay một vị thần linh mà đích thực là một con người, một người đã đắc đạo, có tuệ giác cao siêu nhờ tu tập. Đạo Phật là một phương pháp sống nương vào tự lực hơn là nương vào một quyền lực linh thiêng bên ngoài, không có giáo điều, không mặc khải, không xung đột báng bổ với bất cứ một truyền thống tâm linh nào và trong bản chất đích thực của nó cũng không xung đột với khoa học hiện đại.

Phật giáo cần được hiện đại hóa, nếu không sẽ không có tương lai và con cháu chúng ta sẽ rất bơ vơ

"... Một nhà lãnh đạo tâm linh mà không có khả năng làm mới, đổi mới, hiện đại hóa cách dạy dỗ và thực tập, một truyền thống mà không có khả năng tự làm mới sẽ đánh mất con cháu. Đạo Phật cũng vậy. Nếu không hiện đại hóa đạo Phật, nếu không cung cấp được những giáo lý và phương cách hành trì phù hợp với tinh thần, tâm lý của người trẻ, họ sẽ cảm thấy lạc lõng mỗi khi đến chùa. Nhu yếu hiện đại hóa Phật pháp, Phật giáo, hiện đại hóa nền sinh hoạt tâm linh của mình rất quan trọng. Chúng ta phải giảng dạy như thế nào để người trẻ thấy rõ ràng những điều đó đang đáp ứng những đau khổ, bức xúc, những khó khăn, tuyệt vọng của họ. Chúng ta phải cung cấp cho họ những phương pháp tu học để họ có khả năng tháo gỡ, chuyển hóa những nỗi

khổ, niềm đau thì họ mới cảm thấy họ thuộc
về gia đình tâm linh này..."

Nhà báo Hoàng Anh Sướng:

Thưa Thiền sư! Trong các khóa tu của Làng Mai, ngài đã chia sẻ những nội dung và phương pháp thực tập cụ thể nào đối với các thiền sinh nước ngoài?

Thiền sư Thích Nhất Hạnh:

Những khóa tu do chúng tôi tổ chức ở New York, Los Angeles, Boston, Born, London... thường có trên 1000 người tới tu tập liền 6 - 7 ngày. Trước hết, chúng tôi chia sẻ với họ cách hít thở, hành thiền, chánh niệm, phương pháp lấy ra những căng thẳng trong thân, tâm, tập nhận diện và ôm ấp những sợ hãi, đau buồn, lo lắng. Nhìn sâu vào mình để có thể nhận diện được bản chất tâm hành đó. Rồi nhìn vào người thân để thấy những căng thẳng trong thân, tâm họ để phát khởi lòng thương, sự cảm thông. Nhờ sự lắng dịu trong thân và tâm, cởi bỏ được thái độ trách móc, với phương pháp ái ngữ và lắng nghe, hiểu được khó khăn và bức xúc, khổ đau, mơ ước của người khác, chấp nhận và giúp đỡ họ. Đó là hiểu và thương. Từ đó, lập lại được truyền thông đã mất giữa những người thân.

Sau các khóa tu, nhiều phép lạ đã xuất hiện. Vợ chồng tưởng cắt đứt vĩnh viễn, cha con tưởng từ mặt nhau lại làm hòa được và thương kính nhau. Chúng tôi không quyến rũ thiền sinh theo đạo Phật. Nhưng khi đã thấy được hiệu nghiệm của đạo Phật, họ xin quy y Phật và thọ năm giới. Năm giới là sự thực tập cụ thể của tình thương. Giới thứ nhất: Bảo vệ sự sống. Giới thứ hai: Chia thời gian và tài vật cho người khác, không ăn cắp, ăn trộm. Giới thứ ba: Không lạm dụng tình dục. Giới thứ tư: Ái ngữ và lắng nghe. Giới thứ năm: Tiêu thụ trong chánh niệm (chỉ tiêu thụ những sản phẩm mang lại sự an lạc cho tâm mình, không rượu chè, ma túy). Tiếp đến, họ được chia sẻ ý nghĩa của Tứ diệu đế và tùy theo ý nguyện, họ có thể đi sâu vào các lĩnh vực triết lý Phật giáo cao siêu khác.

Nhà báo Hoàng Anh Sướng:

Trong quá trình truyền bá văn hóa Việt Nam ra thế giới, cái khó khăn lớn nhất của Thiền sư là gì? Theo Thiền sư, khi học tập cái hay của thế giới Tây phương, chúng ta nên tránh điều gì?

Thiền sư Thích Nhất Hạnh:

Tôi nghĩ, điều kiện quan trọng nhất để chia sẻ những tinh hoa, châu báu của nền văn hóa Việt Nam với người Tây phương là mình phải thông hiểu cho được văn hóa, lề lối suy tư cũng như tâm lý của họ. Nhờ đó, mới có thể hiến tặng cái quý giá của mình dưới một hình thức mà họ có thể hiểu, chấp nhận được. Chúng tôi đã từng gặp rất nhiều vị đạo sư tới từ Á châu và thấy không phải vị nào cũng thành công cả. Bởi vì phần lớn họ không nắm được lề lối suy tư, cách tư duy, nền văn hóa của người Tây phương, nền văn hóa Kitô giáo.

Tôi đã từng viết nhiều cuốn sách đối thoại giữa Phật giáo và Kitô giáo. "Living Buddha, Living Christ" (Bụt ngàn đời, Chúa ngàn đời) là cuốn đầu tiên đã tạo ra được rất nhiều cảm thông. Ban đầu, đối với người theo đạo Phật thì "những đạo mà không phải đạo Phật gọi là ngoại đạo, đạo bên ngoài." Đối với người Kitô cũng vậy: Những đạo mà không phải là đạo Thiên Chúa đều gọi là ngoại đạo cả. Họ không có nhu yếu học hỏi những ngoại đạo đó. Nhưng khi tôi viết cuốn "Living Buddha, Living Christ" thì họ tò mò. Họ muốn biết người ngoại đạo nghĩ như thế nào về đạo của họ nên họ mua đọc. Vì thế, họ có cơ hội tiếp xúc được với đạo lý của Phật giáo, với những châu báu của một truyền thống mà họ chưa bao giờ tiếp xúc. Tôi viết cuốn sách thứ hai để đối thoại với Kitô giáo là "Going home, Buddha and Jesus as brothers" (Hãy trở về với quê hương, Chúa và Phật là hai anh em). Hai cuốn sách này đã được nhiều giải thưởng và bán rất chạy ở Tây phương. Các vị linh mục, các nữ tu sĩ đã thừa hưởng rất nhiều từ những cuốn sách như vậy. Nó đã giúp cho họ tháo gỡ nhiều bế tắc và đi sâu vào trong truyền thống của chính họ. Được như vậy là nhờ mình biết được, nắm được lề lối suy tư, hiểu được văn hóa của họ.

Trong nền văn hóa nào cũng có hoa và có rác. Khi cho con đi học một trường Tây phương thì mình phải biết trước rằng: Nó sẽ thâu hái hoa thơm nhưng đồng thời nó cũng vương vào rác bẩn. Vì vậy, phụ huynh phải theo dõi con mình. Khi thấy cháu thâu thập được những tinh hoa của nền văn hóa bản địa thì mình sẽ nói: "Được, cái đó rất tốt con ạ. Nó làm giàu cho văn hóa mình." Khi nó vương vào những cọng rác, những thối tha, dơ bẩn, những hư hỏng của nền văn hóa mới thì mình nói: "Cái đó không được con ơi! Đó là rác rến trong nền văn hóa của họ."

Làm cha mẹ, nhất là khi sống tại Tây phương, mình phải có thì giờ nói chuyện với con để có thể đi theo con ra ngoài xã hội, đi vào học đường. Có như vậy, mình mới có cơ hội trao truyền những giá trị văn hóa của mình cho con. Nếu cha mẹ bận rộn và con cái cũng bận rộn thì cha mẹ sẽ không có cơ hội trao truyền những châu báu của nền văn hóa mà mình đã tiếp nhận từ cha ông. Con cháu sẽ không có cơ hội tiếp nhận gia tài văn hóa đó từ mình và mình trở thành những đứa con bất hiếu.

Nhà báo Hoàng Anh Sướng:

Thiền sư luôn nhấn mạnh đến việc cần phải hiện đại hóa đạo Phật để tưới tắm, lôi cuốn giới trẻ hiện nay. Tại sao vậy, thưa Thiền sư?

Thiền sư Thích Nhất Hạnh:

Một nhà lãnh đạo tâm linh mà không có khả năng làm mới, đổi mới, hiện đại hóa cách dạy dỗ và thực tập, một truyền thống mà không có khả năng tự làm mới sẽ đánh mất con cháu. Đạo Phật cũng vậy. Nếu không hiện đại hóa đạo Phật, nếu không cung cấp được những giáo lý và phương cách hành trì phù hợp với tinh thần, tâm lý của người trẻ, họ sẽ cảm thấy lạc lõng mỗi khi tới chùa.

Nhu yếu hiện đại hóa Phật pháp, Phật giáo, hiện đại hóa nền sinh hoạt tâm linh của mình rất quan trọng. Chúng ta phải giảng dạy như thế nào để người trẻ thấy rõ ràng những điều đó đang đáp ứng những đau khổ, bức xúc, những khó khăn, tuyệt vọng của họ. Chúng ta phải cung cấp cho họ những phương pháp tu học để họ có khả năng tháo gỡ, chuyển hóa những nỗi khổ, niềm đau thì họ mới cảm thấy họ thuộc về gia đình tâm linh này. Đây không chỉ là vấn đề của Cơ Đốc giáo hay Hồi giáo mà còn là vấn đề của Phật giáo. Phật giáo ở Trung Quốc, ở Đại Hàn, ở Việt Nam rất cần những nỗ lực của chúng ta để hiện đại hóa, nếu không sẽ không có tương lai và con cháu chúng ta sẽ rất bơ vơ.

Trong truyền thống tâm linh này có rất nhiều châu báu nhưng nếu dùng những hình thức học hỏi và thực tập quá xưa cũ thì chúng ta không chỉ bày được cho thế hệ trẻ những châu báu đó. Chúng ta cũng không thể nào khai thị cho người trẻ thấy rằng đây là truyền thống rất sâu sắc, rất nhiệm mầu mà cha ông của chúng ta qua bao nhiêu thế hệ, bao nhiêu thời đại đã nương tựa, học hỏi và đã thành công trong sự nghiệp của họ, sự nghiệp xã hội cũng như sự nghiệp chính trị.

Xin các Thượng tọa, xin các vị Sư trưởng hãy lắng nghe những người trẻ. Phải làm thế nào để cung cấp cho những người trẻ, những người trí thức các giáo lý và phương pháp thực tập hữu hiệu nhằm đáp ứng được nhu cầu đích thực của họ trong thời đại mới, nghĩa là phải hiện đại hóa đạo Phật. Khi khai thị cho những người trẻ Tây phương, chúng tôi sử dụng những yếu tố của nền văn hóa Việt Nam, trong đó có đạo Phật. Chúng tôi đã hướng dẫn họ trở về với truyền thống của họ để chấp nhận tổ tiên, dù tổ tiên của họ còn những yếu kém, còn những khiếm khuyết về giới hạnh cũng như về đạo đức. Như vậy mới có cơ hội để làm mới, đổi mới truyền thống của họ. Hàng triệu người trẻ Tây phương đang đi như những con ma đói, tại vì họ không cảm thấy liên hệ gì với truyền thống tâm linh và truyền thống huyết thống của họ.

Nhà báo Hoàng Anh Sướng:

Nhưng trong gia đình tâm linh Việt Nam, tôi từng gặp nhiều vị lãnh đạo giới hạnh rất nghiêm minh, đạo đức rất cao viễn song tôi cũng thấy có những ông thầy, sư cô phạm giới làm tôi rất nản chí. Điều đó làm tổn thương rất lớn đến lòng mộ đạo của giới trẻ như tôi.

Thiền sư Thích Nhất Hạnh:

Chúng ta nên biết rằng, ông thầy đó, sư cô đó chưa may mắn gặp được minh sư, chưa gặp được một đoàn thể tu học có khả năng bảo hộ, nâng đỡ và che chở cho nên họ mới lâm vào tình trạng phải phá giới hay chạy theo danh lợi. Điều này chứng tỏ rằng những vị đó thiếu may mắn, chứ không phải là truyền thống chúng ta không có châu báu.

Từ ngàn xưa cho đến bây giờ, truyền thống của chúng ta đã sản sinh được không biết bao nhiêu vị cao tăng. Có vị đã từng làm quốc sư cho các vị vua lớn, có vị đã từng cứu nước, cứu dân ra khỏi tình trạng hiểm nghèo. Trong quá khứ chúng ta đã làm được như vậy thì tại sao bây giờ chúng ta không đóng vai trò đó được? Vì vậy, chúng ta phải khuyên những người trẻ đó trở về và chấp nhận những tổ tiên tâm linh của họ. Nếu tổ tiên tâm linh còn yếu kém, ta phải làm đủ sức để giúp cho các vị đó vượt thoát cái tình trạng khó khăn, yếu kém. Khi chấp nhận được rồi thì trong lòng có một sự bình an rất lớn.

Nhiều học giả đã biến đạo Phật trở nên rắc rối, thành một loại siêu hình học, triết học

"... Phật giáo Bụt dạy những năm đầu rất đơn giản - mà cũng rất thâm sâu. Nhiều học giả đã làm cho Phật giáo trở nên rắc rối, biến đạo Phật thành một loại siêu hình học, một loại triết học. Một số sinh viên Phật học đã bỏ quá nhiều thì giờ cho những hệ thống tư duy này và không có thì giờ tu tập. Cũng như Thiền sư Lâm Tế, ngài học Phật quá nhiều nhưng sau đó cảm thấy không đủ. Vì thế, ngài bỏ hết những học thuyết và bắt đầu thực hành..."

Nhà báo Hoàng Anh Sướng:

Tôi được biết, hầu hết các thiền sinh châu Âu, Mỹ đều có tôn giáo riêng của họ. Vậy Thiền sư đã nói gì với họ khi thuyết giảng về tổ tiên tâm linh?

Thiền sư Thích Nhất Hạnh:

Khi tôi dạy cho người Cơ Đốc giáo, tôi nói: "Con có tổ tiên tâm linh là chúa Kitô, là các vị Thánh." Ngôn ngữ khác nhưng nội dung chỉ là một. Mình đưa họ về với gốc rễ của họ, chứ mình không làm như những vị giáo sĩ Thiên Chúa giáo đã từng làm ở Việt Nam những thế kỷ trước, khuyên người ta đừng thờ cúng tổ tiên để theo đạo của họ, rất tội nghiệp. Ở Tây phương, chúng tôi hoàn toàn làm ngược lại. Chúng tôi khuyên họ trở về truyền thống tâm linh của họ, chấp nhận tổ tiên tâm linh và tổ tiên huyết thống của họ. Chúng tôi biết rằng một con người mất gốc là một con người không bao giờ có hạnh phúc được. Điều đó chứng tỏ đạo Phật có một lượng bao dung rất lớn khiến họ càng kính phục mà càng kính phục thì họ càng thương mến đạo Phật nhiều hơn. Không kỳ thị, không xúi người ta bỏ nguồn gốc, trái lại, đưa người ta trở về cắm rễ vào trong truyền thống. "Các vị cứ thực tập đạo Phật đi. Sự thành công sẽ giúp quý vị xây dựng lại truyền thống để cho những người trẻ đừng có tiếp tục bỏ truyền thống mà trở thành những con ma đói."

Nhà báo Hoàng Anh Sướng:

Về tổ tiên huyết thống, người Tây phương có nhu cầu, khát khao tìm về cội nguồn giống như người Việt Nam không, thưa Thiền sư? Nếu có thì ngài đã dạy họ cách thờ cúng tổ tiên như thế nào?

Thiền sư Thích Nhất Hạnh:

Người Tây phương rất có nhu yếu tìm về gốc rễ của họ. Hoa Kỳ có những người gốc Ái Nhĩ Lan, gốc Đức, gốc Ý... Khi mới qua Hoa Kỳ để lập nghiệp, có thể họ chưa có nhu yếu đó hoặc là nhu yếu đó chưa đủ mạnh. Nhưng đến thế hệ thứ hai, thứ ba thì nhu yếu đó từ từ biểu hiện ra. Tất cả những người lập nghiệp tại Hiệp chủng quốc Hoa Kỳ đều có chí hướng muốn tìm về gốc rễ của mình ở Âu châu rất là rõ. Tuy họ không có an trí bàn thờ tổ tiên ở nhà nhưng trong nhiều gia đình, họ vẽ ra cái cây để thấy cái chi của mình tới từ những nhánh nào.

Thiền sinh tới Làng Mai được thực tập cụ thể hơn. Chúng tôi thiết lập một bàn thờ tổ tiên cộng đồng. Đến ngày thờ cúng tổ tiên, chúng tôi làm một bài vị rất vĩ đại. Có những tờ giấy được cắt thành hình trái tim hoặc hình trái cam và mỗi người viết xuống đó tên họ vị tổ tiên mà mình muốn tiếp xúc. Tất cả các thiền sinh đều dán bài vị của những người đó lên trên bàn thờ và chúng tôi cũng làm cỗ. Những người Hòa Lan thì tổ chức với nhau làm ra những món ăn đặc biệt Hòa Lan để dâng lên bàn thờ tổ tiên. Những người Pháp thì hợp lại với nhau làm ra món ăn đặc biệt Pháp. Sự thực tập ở đây không phải là khi đặt món cúng lên bàn, rồi thắp hương mới là thực tập. Thực tập là ngồi lại bàn với nhau những món nào mới là quốc hồn, quốc túy của nước mình, rồi cùng đi chợ mua những vật dụng để về làm những món đó. Khi ngồi bàn với nhau như vậy thì đã là thực tập rồi. Khi đi chợ có niềm vui huynh đệ, đến khi về thì các ông, các bà Hòa Lan hợp nhau lại để làm chung. Trong khi nấu thì mình đang tiếp xúc với tổ tiên, với truyền thống của mình rồi. Vì vậy không khí rất là vui, giống như không khí ngày hội. Ngày thờ cúng tổ tiên tổ chức tại đạo tràng Làng Mai là như vậy.

Đến giờ phút thỉnh chuông và thắp hương, mọi người đều ngồi thiền trước để cho tâm tư lắng đọng. Khi dâng hương xong, chúng tôi đọc lời khấn nguyện tổ tiên bằng nhiều thứ tiếng: Tiếng Ý, tiếng Đức, tiếng Pháp, tiếng Anh, tiếng Việt, chừng sáu bảy thứ tiếng thôi. Chúng tôi có cảm tưởng rằng tuy từ 40 nước tới với nhau nhưng chúng tôi đích thực là một gia đình, một gia đình tâm linh. Đức Phật Thích Ca là một tổ tiên tâm linh của mình và các thầy Ca Diếp, A Nan cũng là tổ tiên tâm linh. Khi các thiền sinh Tây phương về Việt Nam để tham quan những ngôi chùa xưa ở miền Bắc, miền Trung hay miền Nam thì họ cũng có cảm tưởng họ là con cháu trở về với quê cha đất tổ tuy rằng tổ đây là tổ tiên tâm linh.

Tôi không biết sau này người Tây phương sẽ thờ cúng tổ tiên dưới hình thức nào nhưng khi tiếp xúc với Phật giáo, họ thấy rằng: Sự thực tập ba cái lạy, năm cái lạy và thờ cúng tổ tiên giúp cho họ thiết lập lại được quan hệ với tổ tiên huyết thống, với tổ tiên tâm linh, giúp họ lấy đi cái cảm giác bơ vơ, lạc lõng, phóng thể và phục hồi lại được sức khỏe tinh thần của họ. Điều này rất quan trọng và đây là một đóng góp lớn của Làng Mai, của văn hóa

Việt Nam cho thế giới Tây phương. Sự thực tập tiếp xúc với tổ tiên, giúp cho con người lạc lõng truyền thông lại được với tổ tiên, nói chuyện lại được với tổ tiên trong đời sống hằng ngày là điều rất quan trọng.

Nhà báo Hoàng Anh Sướng:

Tôi nhận thấy rằng: Đạo Phật có một yếu tố rất quý, đó là thái độ bao dung, không giáo điều.

Thiền sư Thích Nhất Hạnh:

Đúng vậy. Vì thế, những thế hệ Phật tử là sự tiếp nối của tuệ giác đạo Phật phải đưa Đức Thích Ca đi xa hơn, phải khai triển tuệ giác của Đức Thích Ca để cho tuệ giác đó luôn luôn có thể thích ứng được và phục vụ được cho con người đương đại. Những người Mác xít cũng vậy. Họ là sự tiếp nối của Mác, phải đưa Mác đi về tương lai, phải khai triển tuệ giác của Mác, phải làm sao cho tuệ giác đó luôn luôn mới để có thể đáp ứng được với những nhu yếu của con người đương đại.

Nhà báo Hoàng Anh Sướng:

Thiền sư là bậc thầy nổi tiếng thế giới về thiền với vốn hiểu biết sâu xa về các truyền thống Phật giáo khác nhưng trong các khóa tu, ngài chỉ nói phớt qua về thiền. Ngược lại, ngài dạy rất kỹ về những phương pháp căn bản để tu tập chánh niệm, về tứ diệu đế (bốn sự thật mầu nhiệm). Vì sao ngài chọn cách giáo dục này?

Thiền sư Thích Nhất Hạnh:

Có loại Phật giáo nguyên thủy từ hồi Bụt còn tại thế, đạo Phật do chính Bụt giảng dạy và nhiều trường phái Phật giáo đã phát sinh bởi những thế hệ đi sau. Nhưng cho dù là Phật giáo nguyên thủy, Thiền, Thiên Thai tông hay Kim Cương thừa thì đó cũng là những điều Bụt dạy. Sự hành trì của Bụt đã được tiếp nối bởi các vị đệ tử của Ngài - tuệ giác và sự dạy dỗ của Ngài được chuyển tiếp qua nhiều thế hệ dù Ngài đã nhập Niết Bàn từ lâu. Ta thấy được Bụt qua nhiều thế hệ các đại sư và đệ tử của họ. Điều mà tôi đang làm là trình bày những cách hành trì nguyên thủy ngay từ hồi Bụt còn tại thế, trong tinh thần Phật giáo Đại thừa. Phật giáo Đại thừa có cái nhìn rất cởi mở, không gò bó và thật là mầu nhiệm. Khi ta sử dụng Phật giáo Đại thừa để tìm hiểu, nhìn sâu vào Phật giáo nguyên thủy, ta có thể khám phá ra biết bao nhiêu điều kỳ diệu, sâu sắc hơn nhiều. Ta ý thức rằng những lời dạy sâu sắc nhất của Phật giáo Đại thừa có thể tìm ra trong các kinh điển nguyên thủy. Những tư tưởng phóng khoáng của đại thừa đã có rành mạch trong các kinh nguyên thủy.

Những hạt giống của Phật giáo Đại thừa đầy rẫy trong Phật giáo nguyên thủy. Thành ra khi ta dùng từ Phật giáo nguyên thủy điều đó không có nghĩa là ta loại ra ngoài những Phật giáo khác, những truyền thống mới khai triển sau này. Tôi chỉ muốn đem tất cả các truyền thống về tận gốc nguyên thủy của nó. Phật giáo nguyên thủy được xem như mẫu số chung của tất cả các truyền thống khác, mẫu số chung của mỗi truyền thống Phật giáo. Thế nên tôi đã cống hiến những điều Bụt dạy ngay từ những năm đầu của quá trình dạy dỗ của Ngài, trong tinh thần Đại thừa. Phật giáo Bụt dạy những năm đầu rất đơn giản - mà cũng rất thâm sâu. Nhiều học giả đã làm cho Phật giáo trở nên rắc rối, biến đạo Phật thành một loại siêu hình học, một loại triết học. Một số sinh viên Phật học đã bỏ quá nhiều thì giờ cho những hệ thống tư duy này và không có thì giờ tu tập. Cũng như Thiền sư Lâm Tế (Trung Quốc gọi là Linji, Nhật gọi là Rinzai), Ngài học Phật quá nhiều nhưng sau đó cảm thấy không đủ. Vì thế ngài bỏ hết những học thuyết và bắt đầu thực hành.

Nếu năm giới được đưa vào chương trình giáo dục thì đó là một hồng ân của dân tộc

"... Đó là ước muốn của Phật giáo. Nhiều Phật tử Việt Nam đã thực hiện năm giới từ lâu rồi. Hàng triệu người trong hàng ngàn tăng thân theo đạo Phật Làng Mai trên thế giới cũng đang thực hiện. Nếu năm giới được đưa vào chương trình giáo dục quốc gia, thanh niên được chia sẻ và thực tập năm giới thì đó là một hồng ân của dân tộc. Thực hiện năm giới là cứu nạn cho con người hiện nay..."

Nhà báo Hoàng Anh Sướng:

Trong suốt mấy tháng ở Mỹ, tôi đã tận mắt chứng kiến lòng mộ đạo Phật của người dân Tây phương lớn lao như thế nào. Tôi cũng tận mắt chứng kiến sự chuyển hóa đến vi diệu của những nỗi khổ, niềm đau, những bi kịch buốt lòng của những người dân Mỹ mà

nếu không có sự công phu tu tập, sự giác ngộ đạo Phật,
họ sẽ không thể nào vượt thoát khỏi để biến rác thành
hoa, biến bùn thành hoa sen thơm ngát được. Tôi nghĩ
rằng, giai đoạn này, ở phương Tây, Phật giáo còn sơ
khai nên việc Thiền sư truyền bá đạo Phật nguyên thủy
sẽ hợp với người Tây phương hơn là những điều dạy
dỗ mà đạo Phật đã được khai triển về sau này, phải
không, thưa Thiền sư?

Thiền sư Thích Nhất Hạnh:

Không phải một giáo lý riêng biệt nào mới thích hợp
với thời đại nào mà quan trọng là cách ta hiểu và cách
ta sử dụng nó. Nếu ta là một học giả và ta chỉ sử dụng trí
năng của ta thôi thì ta có thể giải thích giáo lý theo cách
này. Nhưng nếu ta là một hành giả thực tập thật tình thì
ta sẽ khám phá được chiều sâu của giáo lý và tiếp xúc
được với tuệ giác phát sinh từ chính sự thực tập của ta. Và
nhờ thế, ta có thể trình bày cái giáo lý kia một cách hoàn
toàn khác hẳn với người chỉ dùng trí năng. Thành ra vấn
đề không phải là giáo lý này hay hơn hay giáo lý kia thích
hợp hơn mà vấn đề là biết cách áp dụng thật tình điều
mình học và trình bày ra sự tu tập của mình cho thích
hợp, đồng thời giúp người nghe hành trì cho có hiệu quả.
Tuy nhiên, tôi rất ngạc nhiên khi thấy bài pháp thoại đầu
tiên do Bụt thuyết vẫn còn thích hợp cho thời đại chúng
ta ngày nay. Sau 2.500 năm, bài thuyết pháp đầu tiên ấy
vẫn có giá trị vững chãi bởi ta sẽ tìm thấy trong đó đầy đủ

những điều Bụt dạy mà ta có thể sử dụng suốt đời. Điều đó thật đáng kinh ngạc.

Nhà báo Hoàng Anh Sướng:

Theo Thiền sư, liệu chúng ta có thể áp dụng đạo Phật mà cụ thể là thực hành năm giới cho toàn xã hội phương Tây và Việt Nam được không?

Thiền sư Thích Nhất Hạnh:

Đó là ước muốn của Phật giáo. Nhiều Phật tử Việt Nam đã thực hiện năm giới từ lâu rồi. Hàng triệu người trong hàng ngàn tăng thân theo đạo Phật Làng Mai trên thế giới cũng đang thực hiện. Nếu năm giới được đưa vào chương trình giáo dục quốc gia, thanh niên được chia sẻ và thực tập năm giới thì đó là một hồng ân của dân tộc. Thực hiện năm giới là cứu nạn cho con người hiện nay.

Nhà báo Hoàng Anh Sướng:

Xin Thiền sư nói rõ thêm về vấn đề cứu nạn cho con người hiện nay qua việc thực hành năm giới!

Thiền sư Thích Nhất Hạnh:

Thực hiện giới thứ nhất là muốn bảo vệ sự sống thì phải sử dụng khả năng hiểu và thương để chấm dứt các cuộc xung đột trong phạm vi gia đình, cộng đồng, quốc gia và quốc tế, phải biết lắng nghe và nhìn sâu để tự hiểu mình và hiểu người khác, giải quyết những ngộ nhận để các dân tộc hiểu và thương nhau, lập lại hòa bình. Thực tập giới thứ hai là không trộm cắp, không bóc lột, để trừ tận gốc bệnh tham nhũng, ăn cắp hiện nay. Thực hiện giới thứ năm là góp phần bảo vệ môi trường bằng cách sản xuất và tiêu thụ có ý thức chánh niệm. Một số tu viện của đạo Phật Làng Mai đã bắt đầu dùng điện mặt trời, ô tô không chạy bằng xăng mà chạy bằng dầu thực vật...

Nhà báo Hoàng Anh Sướng:
Tôi nhận thấy một trong những điểm nhấn mà Thiền sư luôn nhấn mạnh trong các khóa tu ở Mỹ là yếu tố tăng thân, yếu tố phải có một nhóm người cùng tu tập chung. Tại sao yếu tố tăng thân lại quan trọng đến như thế?

Thiền sư Thích Nhất Hạnh:
Xây dựng tình huynh đệ, tình chị em là điều thiết yếu trong tăng thân. Bởi nếu tăng thân hạnh phúc sẽ là nơi nương tựa cho nhiều người. Chúng tôi bắt đầu xây dựng tăng thân từ nhiều thập niên trước và nó đã trưởng thành thành một tăng thân chín chắn và vững chãi. Có nhiều người đã từng tu tập lâu năm đến tham dự một khóa tu thì khóa tu ấy sẽ có năng lượng vững chãi của tăng thân. Trong kinh có kể chuyện về quốc vương Ba Tư Nặc của thành Xá Vệ. Ngài gặp Đức Thế tôn lần cuối, khi ấy cả hai đều đã 80 tuổi. Nhà vua nói: "Bạch Đức Thế tôn, mỗi khi con gặp tăng thân của ngài, con thấy được ngài rõ hơn và con càng quý trọng ngài hơn." Tôi thấy thật ý nghĩa khi

thiên hạ có thể thấy được Bụt qua tăng thân của Người. Tăng thân là công trình, là tác phẩm lớn nhất của Bụt. Bụt là một nghệ sĩ và tăng thân là công trình nghệ thuật của người nghệ sĩ kia. Thành ra, Bụt vẫn còn đang sống cho đến ngày hôm nay trong tăng thân. Khi mà bạn thấy các thầy, các sư cô cùng các bạn cư sĩ tu tập nghiêm túc, thảnh thơi và an lạc là các bạn có thể thấy được sự hiện diện của Bụt.

Việc làm của chúng tôi bây giờ là thiết lập những tăng thân ở khắp nơi trên thế giới. Ở Tây phương, chúng tôi đã xây dựng được trên 1.000 tăng thân, là nơi nương tựa của không biết bao nhiêu người. Ở mỗi thành phố lớn như London, New York, Los Angeles, chúng tôi có trên 10 tăng thân. Xây dựng những tăng thân như vậy là công việc cao quý nhất của người Phật tử vì đó là chỗ để con người tới nương tựa, được che chở và bảo vệ.

Nhà báo Hoàng Anh Sướng:

Gần đây, Thiền sư đã kêu gọi tăng thân cũng như những người đã ủng hộ các nguyên tắc hòa bình nên ủng hộ Tổng thống Obama. Điều gì khiến một vị xuất gia như thầy lại quan tâm nhiều đến nền hòa bình thế giới như thế?

Thiền sư Thích Nhất Hạnh:

Chắc anh đã biết, tôi gặp Mục sư Martin Luther King Jr. từ năm 1966. Chúng tôi bàn với nhau về sự cần thiết của một cộng đồng cùng tu tập chung để đối kháng lại thế giới bạo động. Tôi đã dùng từ tăng thân (theo ngôn từ Phật giáo) còn Martin thì dùng chữ "beloved community" - cộng đồng dễ thương. Chúng tôi bàn về nhân quyền, về hòa bình, về bất bạo động... Những điều Mục sư Martin Luther King Jr. và tôi đang làm rất gần gũi nhau - xây dựng một nhóm người, nhiều nhóm người cùng sống bên nhau, hợp nhất và làm cho hài hòa những hạt giống trí tuệ, từ bi và bất bạo động của nhau. Lời tuyên bố này của tôi về Obama chỉ là sự tiếp nối của công trình ấy. Chúng tôi đã cùng gieo trồng những hạt giống ấy và khi Obama biểu hiện, chúng tôi thấy Obama có khả năng nói lời ái ngữ, lời hiểu biết và không kỳ thị. Nhưng Obama cũng rất mong manh - ông không thể nào tiếp tục là Obama nếu ông không được sự ủng hộ của một cộng đồng khá vững chãi, của những người đã tin tưởng nơi những nguyên tắc hòa bình, bất bạo động như ông. Có thể trong tương lai, những cố vấn quân sự và kinh tế của ông sẽ kéo ông đi về nẻo khác. Vì lẽ đó tôi kêu gọi tăng thân phải ủng hộ Obama, để cho ông tiếp tục còn là ông, giữ vững lập trường mà trước đó ông đã chứng minh là ông đã làm được, như là dùng lời ái ngữ và giúp lấy ra những tri giác sai lầm giữa Mỹ châu và thế giới của người Ả Rập. Có rất nhiều dấu hiệu chứng minh rằng Obama đã có ý định, đã có khát khao thực hiện hòa bình, muốn xây dựng tình huynh đệ và có sự không kỳ thị... Ủng hộ Obama không phải là ủng hộ một đảng phái chính trị mà là ủng hộ cách làm chính trị mà hiện tại ta không thường thấy trong thế giới các chính trị gia nơi chính trường. Obama đại diện cho một loại tỉnh thức mới, một loại thao thức mới, một loại hành động mới. Điều đó thật đẹp nhưng làm sao mà giữ cho cái thao thức mới ấy được tiếp tục lâu dài? Hiện tại chung quanh Obama có quá nhiều yếu tố dường như đang kéo Obama đi về nẻo khác. Thế nên ta phải động viên tối đa các cộng đồng tu tập đang đi về hướng hòa bình nhân bản đó, ta phải giúp che chở ông Obama để Obama còn có thể tiếp tục là Obama càng lâu càng tốt. Điều đó không phải là ủng hộ một đảng phái mà là ủng hộ một ước vọng thâm sâu, một thao thức hướng về nẻo chân thiện mỹ.

Muốn thế kỷ XXI không có chiến tranh và bạo động, chúng ta cần học để sống với nhau như một cơ thể

"... Nếu chúng ta muốn thế kỷ XXI khác hơn, nếu chúng ta muốn trị liệu và chuyển hóa thì mọi người cần phải nhận thức rằng: Chúng ta là những phần khác nhau của cùng một cơ thể, rằng sự an nguy của những thành phần khác cũng là sự an nguy của chính mình. Nhận thức này rất thiết yếu. Sinh vật học hiện đại đã thấy rằng con người chính là một cộng đồng của hàng tỉ tế bào, không có tế bào nào là chủ cả. Mỗi tế bào trong cơ thể hợp tác với các tế bào khác để tạo ra năng lượng cần thiết giúp cho cơ thể được bảo vệ và phát triển. Chỉ có sự tỉnh thức đó, chỉ có tuệ giác đó, rằng sự an nguy, hạnh phúc, khổ đau của chúng ta không phải là một cái gì

riêng rẽ mà là một vấn đề chung mới có thể
ngăn ngừa tác hại phát sinh từ chủ nghĩa cá
nhân của thế kỷ XX..."

Nhà báo Hoàng Anh Sướng:

Thiền sư là người nổi tiếng thế giới với các lời dạy về
xây dựng sự hài hòa trong cộng đồng mà trong đạo Bụt
gọi là xây dựng tăng thân. Ngài đặc biệt chú ý đến việc
dạy về các phương pháp truyền thông, sức mạnh của ái
ngữ và lắng nghe. Tại sao ngài lại nhấn mạnh khía cạnh
cộng đồng, quan hệ giữa người với người?

Thiền sư Thích Nhất Hạnh:

Mình có những kinh nghiệm trong sự tu tập an
lạc, chuyển hóa và trị liệu. Dựa trên nền tảng đó mà
mình giúp cho người khác. Mình không chỉ tu với tư
cách cá nhân vì trên đường tu mình sẽ sớm nhận ra
rằng, mình cần phải tu với Chúng - nhiều người cùng
tu - nếu muốn sớm có sự chuyển hóa và trị liệu. Đó là
nương tựa tăng.

Thực tập chung với nhau, năng lượng của niệm, định
và niềm vui sẽ hùng mạnh hơn. Đó là điều Bụt thích làm.
Ngài đi đâu cũng có nhiều đệ tử đi theo. Nhờ vậy mà các
vị xuất gia này học được từ Bụt cách đi, cách ngồi, cách
tiếp xử. Và tăng đoàn bắt đầu hoạt động như một cơ thể,
ai cũng góp phần vào năng lượng chung của bình an, hỷ
lạc, an tĩnh, và tình huynh đệ. Đồng thời, mọi người trong

tăng đoàn đều nói thay cho Bụt, không phải chỉ bằng lời mà qua cách họ hành động và cư xử với mọi người. Đó là vì sao vua Ba Tư Nặc nói với Bụt: "Bạch Đức Thế tôn, mỗi khi nhìn thấy tăng thân của Ngài, con lại có thêm niềm tin nơi Ngài." Vua muốn nói rằng tăng thân có khả năng đại diện cho Bụt. Bụt với tăng thân của Ngài có thể thành tựu được nhiều điều. Tôi không nghĩ rằng một vị thầy có thể làm được nhiều nếu không có Chúng cùng tu; cũng như một nhạc sĩ không thể biểu diễn được nếu không có nhạc cụ. Tăng thân rất quan trọng. Tuệ giác và sự tu tập của vị thầy có thể được nhìn thấy qua tăng thân. Khi mình chia sẻ giáo pháp và sự thực tập với tư cách một tăng thân thì hiệu quả sẽ lớn.

Nhà báo Hoàng Anh Sướng:

Như vậy để giáo pháp thật sự có sức mạnh, trên thực tế, chúng ta phải chuyển hóa không chỉ chính mình mà cả xã hội?

Thiền sư Thích Nhất Hạnh:

Đúng. Đó là Đại thừa (Mahayana), là cùng đi với nhau trên một cỗ xe lớn. Đó là lý do vì sao đạo Bụt phải luôn luôn nhập thế. Không phải bằng sự tách mình ra khỏi xã hội mà mình có thể làm được điều đó. Đó là vì sao cỗ xe lớn - Đại thừa - đã được hiện rõ ngay trong cái gọi là Tiểu thừa (Hinayana).

Nhà báo Hoàng Anh Sướng:

Hôm ở Đại học Havard (Mỹ), tôi đã có cuộc trao đổi bên lề với Giáo sư Jon Kabat Zinn, người nổi tiếng nước Mỹ trong việc nghiên cứu về sự ảnh hưởng của thân và tâm trong việc chữa bệnh, cũng như sự áp dụng của thiền tập và chánh niệm vào đời sống hằng ngày. Vị giáo sư khả kính này cho rằng: Một trong những lý do khiến Thiền sư nhấn mạnh đến xây dựng tăng thân và xã hội như một sự thực tập là cuộc chiến tranh khốc liệt mà ngài đã chứng kiến ở Việt Nam. Phải chăng việc chứng kiến xã hội bị tàn phá bởi chiến tranh, những hy sinh mất mát, đã làm tăng thêm mối quan tâm của Thiền sư đối với đời sống cộng đồng?

Thiền sư Thích Nhất Hạnh:

Tôi nghĩ điều này có phần đúng. Đó là tuệ giác mình có được - cái thấy sâu sắc khi tiếp xúc với thực trạng. Nhưng điều đó cũng đã từng được chú trọng trong truyền thống. Người Phật tử nào cũng biết nói: "Con về nương tựa Tăng" nhưng Tăng được làm bằng những cá nhân có tu tập. Mình phải tự chăm sóc lấy mình. Nếu không thì mình không có gì nhiều để đóng góp cho tăng thân vì mình không có đủ bình an, vững chãi và tự do trong lòng. Đó là vì sao muốn xây dựng tăng thân mình cũng phải đồng thời xây dựng bản thân. Tăng thân có trong mình và mình có trong tăng thân. Yếu tố này đi vào yếu tố kia. Đó là lý do tại sao tôi chú trọng đến việc xây dựng tăng thân. Điều đó không có nghĩa là mình không chú trọng đến việc tự tu. Mình thấy rõ ràng nhờ chăm sóc tốt hơi thở, thân tâm, cảm thọ của chính mình mà mình có thể xây dựng một tăng thân tốt.

Nhà báo Hoàng Anh Sướng:
Thiền sư đã có bài thuyết pháp quá tuyệt vời ở nhà hát Beacon (New York, Mỹ) với chủ đề: "Xây dựng một thế giới hòa bình và yêu thương." Năm phép tu tập chánh niệm mà ngài sử dụng từ Năm giới của Phật tử truyền thống có phải là con đường dẫn đến thế giới hòa bình tràn ngập tình yêu thương không?

Thiền sư Thích Nhất Hạnh:
Thường thì tuệ giác tương tức sẽ giúp đẩy lui sự kỳ thị, sợ hãi và cách nhìn nhị nguyên sự việc. Chúng ta liên hệ thâm sâu với nhau dù trong khổ đau hay trong hạnh phúc. Cho nên tuệ giác tương tức (liên hệ thâm sâu) phải được xem là nền tảng cho bất cứ hành động nào có thể đem tới hòa bình, tình huynh đệ và giúp lấy ra bạo động, tuyệt vọng. Tuệ giác này có mặt trong tất cả các truyền thống tâm linh. Ta chỉ cần trở về nhà với chính truyền thống của ta và gắng làm sống lại với những hạt giống ấy.

Năm cách tu tập chánh niệm là những pháp môn rất cụ thể để thực tập thương yêu. Trong truyền thống

Phật giáo, chúng tôi cứ pháp đàm để tìm cách làm sao áp dụng năm giới một cách hữu hiệu trong đời sống hằng ngày. Năm giới quý báu ấy là để hành động chứ không phải để suy luận và ức đoán. Ghi tên để xin thọ nhận năm phép tu tập chánh niệm ấy không phải là ký tên ủng hộ một kiến nghị mà là làm cho nó trở thành sự sống của chính mình, nó là con đường lý tưởng của mình. Và bạn sẽ rất hạnh phúc vì bạn biết bạn đã có một con đường của hiểu biết và thương yêu. Nếu biết là mình đã có con đường của hiểu và thương rồi thì không có lý do gì để sợ hãi về tương lai của mình nữa cả. Và mình có thể chia sẻ con đường lý tưởng của mình, chia sẻ cái cách mình tu tập để nuôi dưỡng, phát triển hiểu biết và tình thương với các bạn thuộc truyền thống khác. Họ không cần trở thành Phật tử, họ chỉ cần trở về truyền thống tâm linh của họ, sống cho sâu sắc và tìm cho ra những gì tương đương với năm phép tu chánh niệm của Phật tử. Mục đích của ta không phải là để thay đổi niềm tin của họ từ truyền thống khác và biến họ thành Phật tử, mà chỉ là chia sẻ con đường của hiểu biết và thương yêu. Họ vẫn tiếp tục là tín hữu Do Thái giáo, Cơ Đốc giáo hay Hồi giáo. Và họ cứ làm như chúng tôi đang làm. Chúng tôi dùng ngôn từ Phật giáo, còn họ thì nên dùng ngôn từ Hồi giáo mà tu tập và chúng ta sẽ cùng đi đến một kết quả như nhau. Thế nên ta mới có thể gọi là một đường hướng tâm linh toàn cầu hay là một nền đạo đức toàn cầu.

Nhà báo Hoàng Anh Sướng:

Ngồi trò chuyện với ngài, tôi bỗng thầm ước ao, nếu tất cả các vị lãnh đạo tâm linh từ nhiều truyền thống khác nhau có thể đến cùng nhau và bàn bạc làm thế nào để có một nền đạo đức toàn cầu để mọi người đều có thể cùng tu tập chung thì thế giới này sẽ tuyệt vời biết bao.

Thiền sư Thích Nhất Hạnh:

Có thể họ cũng không cần đến với nhau để cùng ngồi chung một chỗ. Họ chỉ cần ngồi yên nơi chốn của họ và tu tập làm khơi dậy cái hiểu cho thâm sâu và mở rộng tình thương cho mọi người, mọi loài. Đó là cách gặp nhau sâu sắc nhất.

Nhà báo Hoàng Anh Sướng:

Hiện nay, rất nhiều người đang hoang mang, sợ hãi khi nhận ra những mầm mống thảm họa trên cả hai phương diện: Con người và thiên nhiên. Theo Thiền sư, thế giới đang đi về đâu?

Thiền sư Thích Nhất Hạnh:

Tôi nghĩ trong thế kỷ XX, điều nổi bật nhất là chủ nghĩa cá nhân, hơn một trăm triệu người đã chết vì chiến tranh. Có quá nhiều bạo động, có quá nhiều tàn phá sự sống và thiên nhiên. Nếu chúng ta muốn thế kỷ XXI khác hơn, nếu chúng ta muốn trị liệu và chuyển hóa thì mọi người cần phải nhận thức rằng: Chúng ta là những phần khác nhau của cùng một cơ thể, rằng sự an nguy của những thành phần khác cũng là sự an nguy của chính mình. Nhận thức này rất thiết yếu. Sinh vật học hiện đại đã thấy rằng con người chính là một cộng đồng của hàng tỉ tế bào, không có tế bào nào là chủ cả. Mỗi tế bào trong cơ thể hợp tác với các tế bào khác để tạo ra năng lượng cần thiết giúp cho cơ thể được bảo vệ và phát triển. Chỉ có sự tỉnh thức đó, chỉ có tuệ giác đó, rằng sự an nguy, hạnh phúc, khổ đau của chúng ta không phải là một cái gì riêng rẽ mà là một vấn đề chung mới có thể ngăn ngừa tác hại phát sinh từ chủ nghĩa cá nhân của thế kỷ XX.

Tuệ giác vô ngã, không có cái ta riêng biệt, tuệ giác cộng sinh này rất thiết yếu cho sự sống còn của chúng ta và của hành tinh này. Không nên để cho cái thấy này chỉ là những khái niệm sách vở. Tuệ giác này phải được sống linh động trong đời sống hằng ngày của mọi người. Trong trường học, trong ngành doanh thương, trong Quốc hội, trong hội đồng thành phố, trong gia đình, chúng ta phải thực tập để nuôi dưỡng tuệ giác rằng: Chúng ta là các phần khác nhau của cùng một cơ thể, rằng bất cứ chuyện gì xảy ra cho các tế bào kia cũng đồng thời xảy ra cho mình. Tuệ giác này hoàn toàn đi đôi với khoa học cũng như đi đôi với tinh thần đạo Bụt. Chúng ta cần học để sống với nhau như một cơ thể.

Tôi đã dành nhiều thời gian để xây dựng các cộng đồng và tôi đã học được nhiều từ đó. Ở Làng Mai, chúng tôi tập sống như một cơ thể. Không ai có xe riêng, số ngân hàng riêng, điện thoại riêng, ấy vậy mà vẫn hạnh phúc. Thực tập căn bản của chúng tôi là xem mỗi người như một tế bào của cơ thể, và đó là vì sao tình huynh đệ trở nên hiện thực. Khi mình được nuôi dưỡng bởi tình huynh đệ thì hạnh phúc có mặt, và nhờ vậy mà mình có thể làm không biết bao nhiêu là việc để giúp cho người ta bớt khổ.

Điều này có thể thấy được, sờ mó được. Đây không phải là điều nói suông. Đây là sự hành trì, sự thực tập; mỗi hơi thở, mỗi bước chân đều nhắm đến thực hiện cái chung này. Sống trong một cộng đồng như vậy rất mầu nhiệm, vì sự an lạc của người kia cũng chính là sự an lạc của mình. Mang lại hạnh phúc cho một người, mình cũng đem lại hạnh phúc cho từng người trong Chúng. Đó là vì sao tôi nghĩ rằng xây dựng cộng đồng, xây dựng tăng là công việc quan trọng nhất, cao quý nhất mà chúng ta có thể làm.

Cũng giống như trong lớp học, nếu cô giáo biết cách tổ chức lớp học như một gia đình, học sinh sẽ khổ ít hơn và có nhiều niềm vui hơn. Trong hội đồng thành phố hay trong một thương nghiệp cũng vậy. Những người lãnh đạo thương nghiệp có thể tổ chức công ty như một gia đình trong đó mọi người xem nhau là những tế bào trong cùng cơ thể.

Chúng ta biết trong cơ thể mình có nhiều loại tế bào: tế bào gan, tế bào phổi, tế bào thần kinh. Tế bào nào cũng làm hết sức mình. Không có sự ganh tị về địa vị với các tế bào khác, vì không có sự phân biệt. Làm một tế bào gan cho tốt là mình đã nuôi dưỡng các tế bào khác rồi. Tế bào nào cũng đóng góp cái hay nhất của mình để mang lại sự hài hoà, khỏe mạnh cho toàn cơ thể. Không có sự kỳ thị, không có chiến tranh giữa các tế bào, đó là điều mình học được từ ngành sinh học hiện đại. Chúng ta có thể tổ chức theo cách này trong gia đình, lớp học, Hội đồng thành phố, Quốc hội. Đó là điều có thể làm được, bởi vì nếu các tế bào của chúng ta có thể làm chuyện đó thì con người chúng ta cũng có thể làm được chuyện đó.

Người tu chứng thực được vô ngã thì sẽ không nói xấu những người khác, không cho mình là nhất

"... Người Phật tử mà nắm được tuệ giác vô ngã thì không thấy cha với con là hai người riêng biệt, mà hiểu trong cha có con, trong con có cha, con là sự tiếp nối của cha. Nếu cha đau khổ thì con đau khổ, con hạnh phúc thì cha hạnh phúc, thấy được đau khổ của cha là đau khổ của chính mình, hạnh phúc của con là hạnh phúc của chính mình. Người tu chứng thực được vô ngã thì sẽ không nói xấu những người khác, không cho mình là nhất. Một vị xuất gia, thượng tọa, hòa thượng mà dương dương tự đắc thì thật tội nghiệp cho họ vì đã tu bao nhiêu năm mà chưa chứng được tuệ giác vô ngã. Điều này áp dụng cho giới xuất gia cũng như tại gia. Vấn đề là làm thế *nào để có được minh sư, mở được những môi trường để người tu tập có thể thành công. Vì ý chí muốn tu học là chuyện khác, thành công là chuyện khác, ý chí không thì không đủ..."*

Nhà báo Hoàng Anh Sướng:

Được biết, từ năm 2005 đến 2008, Thiền sư và tăng thân Làng Mai đã về Việt Nam 3 lần để tổ chức hàng chục khóa tu, hàng trăm buổi pháp thoại, gặp gỡ hàng ngàn tăng ni Phật tử khắp ba miền... Trong những chuyến trở về quê hương ấy, Thiền sư có cảm nhận gì về con người Việt Nam?

Thiền sư Thích Nhất Hạnh:

Tôi có nhìn thấy được một số điều.

Điều thứ nhất, rất hay, là giá trị của đạo đức đích thực. Khi có giới hạnh và tình thương đích thực, mình có thể chuyển hóa được con người và xã hội. Điều này làm tôi rất phấn khởi. Có những người rất khó chịu, ngang bướng, bạo động, những người không có tình nghĩa, đa nghi, đầy hận thù, vậy mà khi mình có giới hạnh, có tình thương, mình có thể chuyển hóa được họ.

Điều thứ hai, tôi thấy ở Việt Nam, nhiều người bây giờ mang hai khuôn mặt. Khi thì họ dùng cái mặt này, khi thì dùng cái mặt khác. Khi "đi với Bụt thì mặc áo cà sa" mà khi "đi với ma thì mặc áo giấy." Nếu không có hai cái mặt đó thì họ không sống được. Rất lạ! Và tôi tự hỏi: Nếu mình ở Việt Nam thì mình có phải làm như vậy không? Mình phải có hai bộ mặt như thế hay không? Tôi không trách móc nhưng tôi đặt câu hỏi: Nếu sống như vậy thì đó có đích thực là một nền văn minh hay không? Tại sao mình không có khả năng, không có cơ hội cho người kia thấy được con người thật của mình?

Tại sao mình phải sống với một con người giả nếu mình muốn thành công, dù là thành công trong Phật sự? Điều này làm tôi lo lắng rất nhiều. Chúng ta cần bao nhiêu năm mới vượt thoát tình trạng này? Chúng ta cần phải đeo mặt nạ tới bao giờ? Chính ngay trong khi làm việc Đạo, ta cũng phải đeo mặt nạ như vậy mới làm được hay sao? Điều này làm cho tôi rất đau xót. Không phải đứng về phương diện tôn giáo mà nói mà là đứng về phương diện văn hóa. Phát triển kinh tế, phát triển công nghiệp để làm gì trong khi chúng ta không sống được với nhau như những con người chân thực? Vì vậy chỉ có một câu trả lời duy nhất thôi: Đó là phải tu, phải có đạo đức chân thực. Có đạo đức chân thực, có tình thương chân thực thì mình và con cháu mình sẽ có khả năng sống thật, không cần phải đeo mặt nạ. Trong tình trạng hiện tại, không đeo mặt nạ thì không thể sống được.

Nhà báo Hoàng Anh Sướng:

Thế còn về "tâm đạo" của người Việt, Thiền sư có nhận xét gì?

Thiền sư Thích Nhất Hạnh:

Tôi nhận thấy rằng tâm đạo của người Phật tử Việt Nam vẫn còn nguyên vẹn, từ Bắc cho tới Nam. Tâm đạo đó là một nguồn năng lượng rất lớn và nếu chúng ta khai thác được, ta có thể xây dựng một nếp sống rất đẹp vì có tình người, có văn hóa và đạo đức. Nhưng trong cách thức hành đạo, tôi nhận thấy ở Việt Nam, chúng ta chưa khai thác được nguồn năng lượng tâm đạo vĩ đại đó để xây dựng lại cơ cấu gia đình, để làm mới con người, hay để chữa lành những thương tích của chiến tranh, của nghi ngờ, sợ hãi. Chúng ta chỉ khai thác được một phần nhỏ để xây dựng cơ sở, để tạo ra những hình thức sinh hoạt có tính cách bề ngoài. Chúng ta đang bị cuốn theo cơn lốc quá bận rộn, không có thì giờ ngồi lại để tìm ra những phương pháp giải cứu tình trạng khó khăn hiện nay. Tôi nhận thấy cách tổ chức tu tập, cách học, cách tu của chúng ta còn rất hình thức. Những sinh hoạt của chúng ta có thể xoa dịu một ít khổ đau trên bề mặt nhưng sự học và thực tập của chúng ta chưa có khả năng đào sâu để đi tới sự trị liệu và chuyển hóa.

Nhà báo Hoàng Anh Sướng:

Xin Thiền sư nói rõ thêm ý này!

Thiền sư Thích Nhất Hạnh:

Sự vật vốn vô thường. Cái gì cũng thay đổi. Tâm người, sự vật cũng thay đổi. Nhưng có một cái hình như không thay đổi, đó là tâm đạo của người Phật tử Việt Nam. Tâm đạo ấy vẫn còn y nguyên như xưa, vẫn có sự tha thiết thương yêu nền đạo đức tâm linh truyền thống.

Trước đây, vào khoảng những năm 1930 - 1940, có nhiều thanh niên Việt Nam đã lìa bỏ gia đình để đi làm cách mạng. Trái tim họ rất trong sáng. Bản chất của cuộc cách mạng là giành độc lập cho đất nước, cho dân tộc, rất đẹp. Có biết bao nhiêu người trẻ đã anh dũng ngã xuống trên chiến trường. Nhưng tinh thần đó, trái tim đó, cái đẹp đó, cách đây mấy năm, khi trở về nước, tôi không còn thấy nhiều nữa. Không thấy nhiều trái tim thơm ngát và trong sáng đó nữa. Người thanh niên có thể hy sinh cuộc đời của mình cho một lý tưởng, không tiếc thân mạng của mình, với điều kiện họ có được một niềm tin vào tương lai của đất nước, của nhân loại, của dân tộc. Niềm tin đó đi đôi với văn hóa và đạo đức. Khi đã sinh ra chuyện nghi ngờ, tranh giành, loại trừ và tham nhũng thì niềm tin mất. Nên cái đẹp của cách mạng, cái đẹp của đạo đức mai một rất nhiều.

Người thanh niên, thiếu nữ mà bỏ nhà, bỏ cha mẹ, bỏ người yêu để đi xuất gia cũng có một trái tim đẹp như vậy. Tôi đã từng mang một trái tim đẹp như thế đi vào cuộc đời. Khi xuất gia, mình đi theo con đường lý tưởng của Đức Thế tôn ngày xưa. Đức Thế tôn cũng có một gia đình, cũng có một địa vị lớn, cũng có người thân yêu. Thấy đất nước, nhân loại không có nẻo thoát, nên Người đã bỏ hết tất cả để đi tìm. Trái tim đó là Bồ Đề Tâm. Khi trở về Việt Nam, tôi thấy biết bao nhiêu tăng ni đã đánh mất Bồ Đề Tâm của mình, do những hư hỏng xảy ra trong xã hội, trong giáo hội. Thấy rất tội nghiệp.

May mắn là chúng tôi đã có được những khóa tu tổ chức cho người xuất gia trẻ. Nhờ những khóa tu như vậy mà rất nhiều thanh niên nam nữ xuất gia trẻ tìm ra được trái tim ngày xưa, thấy được con đường, thấy được lý tưởng mình trở lại. Nhưng liệu các vị đó có giữ được lâu bền cái mình vừa mới tìm lại được hay không? Nếu cứ tiếp tục sống trong môi trường đầy rẫy những sự tranh giành, loại trừ, hư hỏng và tham nhũng thì làm sao mà giữ được trái tim đó, niềm tin đó? Ước vọng, chí hướng của người thanh niên xuất gia cần được nuôi dưỡng. Những bậc trưởng thượng có lòng, muốn đứng ra để bảo hộ, nuôi dưỡng, đùm bọc rất ít. Hiện tượng cạnh tranh, ganh tị, đi tìm địa vị quyền thế ở trong giáo hội rất nhiều. Phần lớn người ta đi tìm những chỗ đứng, những địa vị, những tiện nghi vật chất. Người trẻ thấy được những cái đó, họ rất chán nản.

Nhà báo Hoàng Anh Sướng:

Tôi rất đồng cảm với những nhận xét của Thiền sư. Ở Việt Nam bây giờ, tu học được coi như một sinh hoạt mê tín. Nhiều người xuất gia, đại diện cho cái nền văn minh đạo đức ngày xưa đó, được coi như là những người đang làm ăn, đang có một "cái nghề", nên cái tối đa họ làm được chỉ là những ngôi chùa lớn, hay một chức vụ nào đó

trong giáo hội. Và vì thế mới có tình trạng đố ky, tị hiềm
giữa các nhà sư, thượng tọa này nói xấu hòa thượng kia.
Rồi chuyện phân bổ về chùa này, chùa nọ. Ở bên ngoài có
chạy quyền, chạy chức thì trong giới xuất gia lại có chạy
chùa đang diễn ra như cơm bữa. Điều đó khiến cho rất
nhiều Phật tử, đặc biệt là giới trí thức trẻ mộ đạo như
chúng tôi rất thất vọng. Làm thế nào để giải quyết những
chuyện trái đạo nhức nhối đó? Làm sao để giúp người
dân cảm nhận sự mực thước, trong sáng của đạo Phật?

Thiền sư Thích Nhất Hạnh:

Như tôi đã nói, đi tu cũng có thể thành công hay thất
bại. Nếu gặp thầy giỏi, đoàn thể tu tập giỏi thì có cơ hội
thành công dễ dàng hơn. Nếu không gặp được minh sư
thì rất dễ thất bại. Khi xuất gia, mình không sống đúng
theo luật nghi thì cũng thất bại.

Những người Phật tử thấy một thầy ra thuê nhà ở
riêng thì phải biết rằng họ đang làm sai với giới luật của
đạo Phật. Nếu mình để họ như vậy và yểm trợ, rồi tìm tới
với họ không phải để học hỏi giáo lý, để tu tập mà để có
một sự thỏa mãn về tình cảm là hại cho người xuất gia
đó. Bên phía xuất gia thất bại vì không hướng dẫn được
cho cá nhân người tu sĩ. Bên cư sĩ thì yểm trợ và dung
túng cho hành vi không đúng của người tu sĩ, khiến họ có
thể có lỗi lầm, thậm chí có thể lạm dụng tình dục. Người
tu sĩ trở thành nạn nhân của sự không thực tập, lỗi một
phần ở tăng đoàn, một phần ở người cư sĩ không biết để

giúp ngăn ngừa. Đạo Phật là đạo thực tập vô ngã, không có cái ta riêng biệt, người kia cũng là mình.

Người Phật tử mà nắm được tuệ giác vô ngã thì không thấy cha với con là hai người riêng biệt, mà hiểu trong cha có con, trong con có cha, con là sự tiếp nối của cha. Nếu cha đau khổ thì con đau khổ, con hạnh phúc thì cha hạnh phúc, thấy được đau khổ của cha là đau khổ của chính mình, hạnh phúc của con là hạnh phúc của chính mình. Người tu chứng thực được vô ngã thì sẽ không nói xấu những người khác, không cho mình là nhất. Một vị xuất gia, thượng tọa, hòa thượng mà dương dương tự đắc thì thật tội nghiệp cho họ vì đã tu bao nhiêu năm mà chưa chứng được tuệ giác vô ngã. Điều này áp dụng cho giới xuất gia cũng như tại gia. Vấn đề là làm thế nào để có được minh sư, mở được những môi trường để người tu tập có thể thành công. Vì ý chí muốn tu học là chuyện khác, thành công là chuyện khác. Ý chí không thì không đủ.

Ta không thể tách rời đạo Phật ra khỏi sự sống bởi chính đạo Phật là sự sống

"... Trong giới Phật tử, ai cũng biết rằng đạo Phật không phải từ trên trời rơi xuống mà chính là được phát hiện trong lòng sự sống của nhân loại. Đạo Phật xuất hiện trong nhu cầu của nhân loại, tồn tại vì nhân loại và để phụng sự cho nhân loại. Bởi vậy, chúng ta đừng quan niệm rằng đạo Phật là một kho tàng tri thức và lý thuyết cứng đọng. Đạo Phật ra đời vì sự sống của nhân loại nên cũng linh động như sự sống. Ta không thể tách rời đạo Phật ra khỏi sự sống, bởi chính đạo Phật là sự sống. Nếu ta quan niệm đạo Phật như một kho tàng tri thức và lý thuyết cứng đọng, tức là ta đã xem đạo Phật như những chén, bát cổ trưng bày ở tàng cổ viện. Những chén, bát cổ ấy biểu hiện một vài khía cạnh sinh hoạt của con người cổ, nhưng không có tác dụng gì trên sinh hoạt của con người ngày hôm nay…"

Nhà báo Hoàng Anh Sướng:

Đúng là con đường từ ý chí, khát vọng đến thành công là một khoảng cách quá dài. Thực tế ở Việt Nam, tôi thấy rất nhiều người chuyên tâm vào nghiên cứu đạo Phật. Họ đọc hết sách này đến sách nọ, thuộc làu các kinh kệ nhưng nhìn vào lối sống, cách hành xử của họ vẫn thấy họ đầy sân hận, đố kỵ, hận thù. Tại sao vậy, thưa Thiền sư?

Thiền sư Thích Nhất Hạnh:

Trước hết, tôi xin phép được nói quan niệm của tôi về vấn đề học Phật. Trong giới Phật tử, ai cũng biết rằng đạo Phật không phải từ trên trời rơi xuống mà chính là được phát hiện trong lòng sự sống của nhân loại. Đạo Phật xuất hiện trong nhu cầu của nhân loại, tồn tại vì nhân loại và để phụng sự cho nhân loại. Bởi vậy, chúng ta đừng quan niệm rằng đạo Phật là một kho tàng tri thức và lý thuyết cứng đọng. Đạo Phật ra đời vì sự sống của nhân loại nên cũng linh động như sự sống. Ta không thể tách rời đạo Phật ra khỏi sự sống, bởi chính đạo Phật là sự sống. Nếu ta quan niệm đạo Phật như một kho tàng tri thức và lý thuyết cứng đọng, tức là ta đã xem đạo Phật như những chén, bát cổ trưng bày ở tàng cổ viện. Những chén, bát cổ ấy biểu hiện một vài khía cạnh sinh hoạt của con người cổ, nhưng không có tác dụng gì trên sinh hoạt của con người ngày hôm nay. Chúng ta hãy nhìn đạo Phật trong lịch sử văn hóa nhân loại, hãy nhìn nhận sự có mặt của đạo Phật trong suốt cuộc sống nhân loại, cũng như hãy nhìn nhận sự hiện diện của đạo Phật trong sự sống của nhân loại hôm nay. Đạo Phật là tất cả những sinh hoạt của nó, những biểu hiện trên suốt lịch sử nhân loại, chứ không phải chỉ là một ít sinh hoạt biểu hiện trên một bối cảnh kinh tế, xã hội, chính trị của một khoảng thời gian mấy chục năm hồi Đức Phật còn tại thế.

Nhà báo Hoàng Anh Sướng:

Nghĩa là, học Phật không phải là đi thăm những đồ cổ trong bảo tàng để rồi ra khoe với mọi người rằng những đồ cổ ấy đẹp như thế này, quý như thế kia?

Thiền sư Thích Nhất Hạnh:

Đúng vậy. Học Phật là tìm biết vai trò của đạo Phật trong suốt lịch sử của sự sống nhân loại, những đóng góp của đạo Phật trong văn hóa nhân loại, những luồng sinh khí mà đạo Phật đã thổi vào trong đà tiến hóa của nhân loại. Khi có được một nhận định có tính cách sử quan như thế rồi, chúng ta mới có thể tiếp nhận được sức sống dào dạt mà Đức Phật đã trao truyền cho chúng ta qua 25 thế kỷ sinh hoạt linh động. Tiếp nhận được sự sống ấy, ta mới ý thức được sứ mạng của chúng ta, sứ mạng của người Phật tử trong xã hội ngày nay, mới tiếp nối được dòng sinh hoạt Phật giáo.

Tôi đã từng gặp nhiều người học Phật lâu năm. Họ có thể thuộc lòng bộ Phật giáo bách khoa tự điển. Họ có thể giải thích cho ta về bất cứ một câu một chữ nào trong Tam tạng. Họ chất chứa trong óc họ những cái biết rất bác học. Nhưng họ không hiểu gì cả. Họ không hiểu đạo Phật là gì cả. Lý do là tôi không thấy những kiến thức của họ về đạo Phật có dính líu gì đến sự sống của chính bản thân họ và đoàn thể của họ. Họ không tiếp nhận được đạo Phật, không tiếp nhận được sinh khí của đạo Phật. Họ chỉ mân mê trong tay mình những cái xác cũ của đạo Phật mà thôi. Họ chỉ ưa đi xem đồ cổ trong tàng cổ viện. Cái học của họ giống như cái học khảo cổ nhưng còn tệ hơn cái học khảo cổ ở chỗ cái học của họ không có một triển vọng nào khác hơn là để... nói và nói. Cái học đó vô ích. Cho nên ta không ngạc nhiên lắm khi thấy có người khi nói thì chỉ nói những điều rất "siêu" mà khi làm thì lại hành động như một kẻ chưa bao giờ biết đến đạo Phật là gì. Học theo kiểu ấy, không chỉ tốn công, tốn thì giờ mà còn vô ích nữa. Hậu quả của cái học ấy là sự nói "dóc" - tôi xin lỗi vì đã dùng chữ này, vì không kiếm được chữ nào nhã hơn - một hậu quả chẳng có gì là đẹp đẽ cho tương lai đạo Phật. Vì vậy, tôi nghĩ rằng ta phải học Phật với tâm trạng của một con người thao thức đi tìm lẽ sống, với tâm trạng một nhà mỹ thuật đi tìm cái đẹp, với tâm trạng của một bệnh nhân đi tìm lương y. Với những tâm trạng ấy, ta chắc chắn sẽ đạt tới nhiều khám phá mới lạ.

Nhà báo Hoàng Anh Sướng:

Những năm gần đây ở Việt Nam, đang có một phong trào học Phật khá rầm rộ. Người ta học Phật ở mọi nơi: ở Phật học viện, ở các chùa, các niệm Phật đường, ở các cuộc cắm trại của gia đình Phật tử... Các nhật báo lẻ tẻ cũng có bài về Phật học, các tạp chí thường đăng tải các thiên khảo cứu Phật học. Thật chưa bao giờ có một phong trào học Phật hăng hái như hiện nay. Người đọc nhiều, người nghe nhiều cho nên người viết và người giảng cũng nhiều. Nhưng tôi nhận thấy mỗi người có một ý hướng, mục đích và phương pháp khác nhau. Chưa có một nhận định hợp lý về mục đích và phương pháp khả dĩ để cho chúng ta thu hoạch được những lợi lạc trực tiếp và toàn vẹn về phong trào học Phật. Bởi vậy, tôi nghĩ rằng, bây giờ chính là lúc chúng ta nên xét lại mục đích và phương pháp học Phật để cho cái học của chúng ta có thể phục vụ được cho sự sống và cho lý tưởng chúng ta một cách thực tiễn.

Thiền sư Thích Nhất Hạnh:

Hãy đặt lại những câu hỏi thật giản dị. Học Phật để làm gì? Để biết chủ trương và phương pháp của đạo Phật mà hành trì, tự độ, độ tha. Chúng tôi đồng ý. Bởi vì câu trả lời ẩn chứa ý thức muốn hiểu, muốn thấy và muốn làm. Nhưng đã có bao nhiêu người trả lời như thế mà không đạt được mục đích như thế. Bởi vì họ đã trả lời để mà trả lời, chứ không phải đã trả lời với một tâm trạng thao thức, thành khẩn. Tôi thấy có người (kể cả một số ít các vị Tăng sĩ) học là để học, học vì nhận thấy bổn phận của mình phải học. Tâm trạng mà như thế thì kết quả sẽ ra sao? Có những người đi qua rừng trầm hương mà không thấy được một cây trầm. Những vị kia đã (sẽ) đi qua khu rừng chân lý, giẫm đạp lên châu ngọc chân lý mà không thấy chân lý. Hoặc giả bọc trong vạt áo những châu ngọc mà mình không biết là châu ngọc, không một chút thiết tha về những châu ngọc này. Trong trường hợp đó, người học không thành công.

Lại có những người học Phật để đạt đến mục đích rất giản dị là trở thành một nhà Phật học. Người ta đã nghe nói nhiều về triết học cao siêu của đạo Phật, rất ưa nghe về nền triết học cao siêu đó. Họ muốn nghe và cố nhiên họ sẽ tỏ ý thán phục những người nào nói được cho họ nghe, và nhất là nói hay. Tôi đã thấy những người đi xa về nhà nói dóc và rất thích khi thấy làng xóm há mồm nghe mình tán hươu tán vượn về những điều mình đã thấy ở xứ người. Nói là một khoái cảm. Được người ta nghe là một khoái cảm. Cho nên có nhiều người chỉ học Phật với mục đích là để nói lại cho người khác nghe. Như chúng ta đã biết, chính bản thân của người nói đã không tiếp nhận được sinh khí của đạo Phật thì những người nghe kia làm sao mà thừa hưởng được một chút gì của sinh khí đạo pháp cho được. Trong trường hợp này, người học cũng không thành công.

Có hai trường hợp khác mà chúng ta không cần bàn luận đến nhiều là trường hợp cái học từ chương và cái học với mục đích để xuyên tạc và kích bác. Cái học từ chương chẳng làm nên trò trống gì, điều đó mọi người đều biết. Cả một nền Nho giáo suy diệt vì cái học từ chương. Trước kia thì không nói, chứ bây giờ cái học Phật theo lề lối từ chương là một cái học vô ích trông thấy. Còn cái học để mà xuyên tạc kích bác thì thời nào và ở đâu mà chẳng có. Bởi sẵn mang một tâm niệm xấu xa như thế người học làm sao tiếp nhận được cái hay của đạo Phật? Thành kiến mê vọng đã khiến cho người ta, sau một thời nghiên cứu sách Phật bằng tiếng Tàu, tiếng Tây kết luận rằng: Đạo Phật phủ nhận sự sống, đạo Phật không có từ bi, khi một em bé mười tuổi đã có thể thấy được sức sống dào dạt của đạo Từ bi trong chính gia đình em, xã hội em và ngay cả trong tâm niệm của chính em nữa.

Ta biết nói làm sao? Chỉ một thái độ, một tâm trạng thôi cũng đủ để quyết định sự thành công hay không thành công của người học Phật. Đạo Phật là một thực tại linh hoạt chứ không phải là một xác ướp như chúng ta đã biết. Muốn hiểu được đạo Phật ta phải xúc tiếp với thực tại ấy, nghĩa là phải thể nhập thực tại ấy, phải học Phật bằng những phương pháp của chính Phật học.

Tôi là người tu hành theo đạo Phật, xuất gia từ hồi còn thơ. May mắn tôi cũng được học qua về các tông giáo, nhưng tôi không bao giờ dám có ý tưởng rằng mình có thể nói không sai lầm về một tông giáo khác như Thiên Chúa giáo chẳng hạn. Bởi vì tôi suy nghĩ ngay vào trường hợp của chính tôi. Càng đi sâu vào sự thực nghiệm tâm linh - thiền quán - bao nhiêu, tôi càng hiểu về đạo Phật một cách thâm thúy bấy nhiêu. Tôi thấy lý luận hình thức, căn cứ trên danh ngôn và văn tự, không đưa tôi đến sự thấu hiểu sâu xa được. Thỉnh thoảng nếu có những tổ chức văn hóa mời nói, tôi cũng chỉ nhận nói về đạo Phật, tức là nói về phần mà tôi tự cho là có sở đắc vững vàng hơn hết. Nhưng nếu có nói thì tôi cũng rất ít lý luận. Tôi chỉ trình bày sinh hoạt tâm linh của tôi, trình bày đạo Phật qua sinh hoạt tâm linh tôi. Nhờ lối trình bày ấy mà tôi đã thành công một vài lần trong sự trao truyền một chút ít sinh khí đạo pháp cho người nghe. Lý luận bao nhiêu, tôi làm chết đạo pháp bấy nhiêu. Cho nên, theo thiển ý của tôi, muốn đạt đến kết quả của sự học Phật, ta phải thành khẩn, không có tư ý, không thiên lệch, không hình thức, và cốt nhất là phải học Phật theo những phương pháp của chính Phật học. Phải làm sao tiếp xúc với thực tại linh hoạt của đạo Phật, phải tiếp nhận cho được luồng sinh khí tiếp nối từ Đức Phật qua 25 thế kỷ truyền thừa, chứ không phải chỉ là lượm lặt, chất đống và phân tích những cái xác Phật học không hồn kết cấu bằng danh từ, bằng tài liệu.

Việc cúng tế chuyển nghiệp xuất phát từ tình thương nhưng không thể nuôi dưỡng thành sự mê tín

"… Khi một nhà sư ngồi thiền, tập trung toàn bộ tinh lực thì năng lượng từ tình thương, lòng từ bi có thể chuyển nghiệp con người. Có đạo Phật thâm sâu, mang tính khái quát bao gồm cả chúng sinh, nhân loại, là triết lý sâu sắc của Phật môn; nhưng cũng có đạo Phật "bình dân", chỉ để giải quyết những vấn đề trước mắt thuộc về cá nhân, bản thân mình. Những việc cúng tế chuyển nghiệp, thật ra xuất phát từ tình thương, nhưng không thể nuôi dưỡng thành sự mê tín. Mục đích tốt nhưng phương tiện nhiều khi không đúng mà nguyên nhân từ việc nhà chùa phải làm kinh tế…"

Nhà báo Hoàng Anh Sướng:

Có một thực tế khác rất đáng báo động từ nhiều năm nay ở Việt Nam là nhiều người đến chùa không phải vì nhu cầu tâm linh thiêng liêng mà chủ yếu vì mê tín. Họ sì sụp khấn vái để cầu xin sức khỏe, xin thành công trong làm ăn, đôi khi cả làm ăn bất chính. Đúng như nhà văn hóa tâm linh Phan Oanh từng chia sẻ: "Ở Việt Nam bây giờ, người hư đi lễ nhiều. Tôi cam đoan đánh đề ngày nào cũng đi lễ. Cà phê bóng đá ngày nào cũng đi lễ. Chạy trốn pháp luật, buôn gian bán lận đi lễ. Còn những người đổ mồ hôi, sôi nước mắt, đầu tắt mặt tối làm quần quật thì thời gian đâu mà đi lễ. Dân sính lễ là điềm suy xã tắc." Theo Thiền sư, nguyên nhân nào dẫn đến thực trạng đáng buồn này?

Thiền sư Thích Nhất Hạnh:

Bởi vì nhiều người nghĩ Phật và các vị Bồ tát là các vị thần linh với pháp thuật thần thông tối cao. Nếu mình đến cầu nguyện và "đút lót", cúng cho các vị Bồ tát mấy chục ngàn đồng, mình sẽ không bị tai nạn hay gặp hiểm họa nào nữa. Hiểu như vậy là hiểu lầm về đạo Phật. Nguyên do một phần cũng là do các nhà sư nên mình cũng không thể trách cứ những người dân thường được.

Nhiều người lại nghĩ nhầm rằng, khi gặp thất bại trong cuộc đời rồi thì mới xuất gia. Ngày xưa, đức Siddhartha xuất gia là bởi muốn tìm tình yêu thương lớn dành cho muôn người, muôn loài. Hay vua Trần Nhân Tông, một vị vua rất yêu nước, thương dân cũng xuất gia, và khi xuất gia rồi ngài vẫn phục vụ cho dân cho nước. Vậy mà có những gia đình thấy con xin đi xuất gia thì cảm giác như đó là một nỗi nhục nhã. Quan niệm thất bại rồi mới đi xuất gia là một quan niệm rất sai lầm.

Nhà báo Hoàng Anh Sướng:
Quan niệm đó từ đâu tới?

Thiền sư Thích Nhất Hạnh:
Đó là bởi đã có những thời điểm trong lịch sử, mình cho chuyện đi tu là duy tâm, mê tín, tư duy không lành mạnh. Chúng ta cũng có một phần trách nhiệm trong sự tư duy như vậy.

Nhà báo Hoàng Anh Sướng:
Vậy làm thế nào để thay đổi được quan niệm tiêu cực ấy?

Thiền sư Thích Nhất Hạnh:
Tôi nghĩ rằng muốn thay đổi suy nghĩ này thì phải thiết lập những tăng thân - những đoàn thể tu học đúng mức mà trong đó, đạo Phật được thực tập như một nghệ thuật sống. Mỗi người thực tập trong tăng thân đều được an lạc, hạnh phúc, được thương yêu. Những tăng thân như thế ở cả 3 miền sẽ giúp những người quan tâm có thể tới tiếp cận trực tiếp và thấy được đạo Phật thật sự

mà họ cần là đạo Phật hiện đại, phù hợp với tuổi trẻ và đời sống mới. Trong đạo Phật, sau khi quy y Phật, quy y Pháp thì còn cần quy y Tăng nữa. Tăng ở đây là đoàn thể, trong đó có người xuất gia - xuất gia tăng, có người tại gia - tại gia tăng. Khi mình tới với nhau để tu học mà thành công được thì hạnh phúc đạt được rất lớn, Tăng trở thành chỗ nương tựa cho nhiều người. Quy y Tăng không phải là đặt niềm tin vào một cái gì đó mơ hồ mà Tăng là đoàn thể đang thực tập hạnh phúc, có tha thứ, có vô ngã, có vô thường. Trong Tăng có Phật và có Pháp. Còn Tăng mà chỉ có hình thức bên ngoài như cúng lạy thôi, không có hạnh phúc, không có tha thứ, không có sự tươi mát của tâm hồn và lắng nghe nhau thì đó không phải là "chân Tăng", do đó không có Phật và không có Pháp ở đó.

Nhà báo Hoàng Anh Sướng:

Nhân nói về việc cúng bái, tôi lại nhớ đến chuyện vào đầu năm, ở Việt Nam, nhất là ở các thành phố lớn, người người, nhà nhà đổ xô, chen lấn đến các cửa chùa để xin được cúng dâng sao giải hạn, chuyển nghiệp, xem vận số... Thật sự các nhà sư có thể chuyển nghiệp cho một cá nhân nào đó từ xấu thành tốt không, thưa Thiền sư?

Thiền sư Thích Nhất Hạnh:

Khi một nhà sư ngồi thiền, tập trung toàn bộ tinh lực thì năng lượng từ tình thương, lòng từ bi có thể chuyển nghiệp con người. Có đạo Phật thâm sâu, mang tính khái quát bao gồm cả chúng sinh, nhân loại, là triết lý sâu sắc của Phật môn; nhưng cũng có đạo Phật "bình dân", chỉ để giải quyết những vấn đề trước mắt thuộc về cá nhân, bản thân mình. Những việc cúng tế chuyển nghiệp, thật ra xuất phát từ tình thương, nhưng không thể nuôi dưỡng thành sự mê tín. Mục đích tốt nhưng phương tiện nhiều khi không đúng mà nguyên nhân từ việc nhà chùa phải làm kinh tế.

Nhà báo Hoàng Anh Sướng:

Chính vì biết làm kinh tế giỏi nên nhiều nhà chùa ở Việt Nam hiện nay giàu nứt đố đổ vách trong khi nhiều chùa lại nghèo rớt mùng tơi. Sự phân hóa giàu nghèo trong giới tu hành ấy gợi cho chúng ta rất nhiều suy nghĩ, trăn trở.

Thiền sư Thích Nhất Hạnh:

Nếu có hiện tượng mạnh chùa nào chùa ấy sống, tôi nghĩ đó là do việc giáo dục đào tạo nhân tài của các học viện Phật giáo không chú ý đến việc đào tạo cá nhân biết làm việc chung, biết cùng làm việc tập thể. Vì thế mới dẫn đến tình trạng cát cứ mỗi phương, chùa giàu bỏ mặc chùa nghèo. Theo tinh thần của Phật giáo, tăng đoàn, một vị xuất gia không có đời sống riêng, mọi hành vi đều là đại diện cho tập thể. Khi có lỗi thì tất cả nêu ra để cùng giải quyết theo thể chế dân chủ. Không có ai chỉ tay năm ngón, không có ai lãnh đạo. Tinh thần này đã có từ gần 2.600 năm, kể từ khi Phật giáo có mặt trên nhân gian.

Nhà báo Hoàng Anh Sướng:

Vậy thì người đứng đầu, trụ trì ngôi chùa đóng vai trò như thế nào, thưa Thiền sư?

Thiền sư Thích Nhất Hạnh:

Tập thể quyết định nhưng người trụ trì phải có sức mạnh, uy lực tinh thần đối với tập thể. Để có uy lực tinh thần thì phải có "đức hạnh". Từ đức hạnh mà người trụ trì có được uy quyền tâm linh. Trong cuộc sống thực tế cũng thế, như với các doanh nhân, các nhà lãnh đạo, họ phải có đức hạnh để tạo ra uy lực, uy quyền, như thế họ mới được mọi người ủng hộ, để thành công. Chúng tôi đã tổ chức nhiều khóa tu ở các nước cho giới doanh nhân, các nhà lãnh đạo trong các công sở... để giúp họ nhận thức được điều đó.

Nhà báo Hoàng Anh Sướng:

Cũng vì mải mê làm kinh tế mà rất nhiều nhà tu hành ở Việt Nam hiện nay lơ là việc truyền bá đạo Phật, tổ chức các khóa tu giúp chúng sinh thoát khỏi bể khổ trầm luân, mang lại an lạc, hạnh phúc. Theo Thiền sư, để làm được việc đó, các nhà sư cần phải có những phẩm chất gì?

Thiền sư Thích Nhất Hạnh:

Tây phương có chữ "Religion", có nghĩa là tôn giáo và ở Đông phương thì có chữ "Đạo." Đạo nghĩa là con đường, con đường đưa tới sự giải thoát, chấm dứt khổ đau. Chúng ta có thể giới thiệu về đạo Bụt như là một con đường hơn là một tôn giáo.

Người giảng dạy đạo Bụt, theo nguyên tắc phải là một người đã biết đường. Nếu mình không biết đường thì làm sao mình chỉ đường cho người khác được? Người giảng dạy đạo Bụt không phải là một giáo sư triết học, trao truyền những kiến thức Phật học. Pháp sư - người giảng dạy đạo Bụt phải là một người đã có con đường, đang đi trên con đường đó và người ấy phải thành tựu một phần nào đó trên đường đi của mình thì mới có khả năng chỉ đường cho người khác. Và vị ấy phải căn cứ trên kinh nghiệm của chính mình để hướng dẫn, chỉ bày cho người khác.

Cách đây 25 năm, có một người Anh tới Làng Mai. Vị này học Bụt cũng nhiều và có ý muốn trở thành một vị giáo thọ (Dharma teacher). Ông ta mới hỏi tôi: "Bạch thầy, chừng nào thì mình biết là mình có thể trở thành một vị giáo thọ?" Tôi nhìn ông ta và nói: "Khi nào anh có hạnh phúc." Nếu mình không có hạnh phúc thì mình không thể làm giáo thọ được, vì mình không có gì để hiến tặng cho người khác hết. Hạnh phúc này là hạnh phúc đạt được do sự tu tập đem lại. Khi nào mình thực tập và giải tỏa được những khổ đau, khó khăn của chính mình, mình có thể mỉm cười, hạnh phúc được thì lúc đó mình biết là mình có thể giúp đời, có thể đưa đường chỉ lối cho người khác.

Làm giáo thọ tức là bản thân phải có một mức độ hạnh phúc làm hành trang, vốn liếng. Vì vậy, nếu một người mà không có hạnh phúc thì dầu kiến thức Phật học có bao nhiêu đi nữa cũng không thể nào gọi là một vị giáo thọ. Cho nên hạnh phúc chính là nền tảng.

Con đường của đạo Bụt là con đường giúp chúng ta dừng lại, chấm dứt được sự chìm đắm và trôi lăn trong biển khổ. Những cái gì mình học, đem ra thực tập phải có tác dụng giúp mình dừng lại sự chìm đắm và trôi lăn đó. Chìm đắm tức là **Trầm**, mà trôi lăn là **Luân**. Trầm là chìm xuống, chìm sâu trong biển khổ. Khổ ví như là một cái biển, cho nên chúng ta hay có danh từ biển khổ. Nếu mình không khéo léo thì mình chìm xuống đáy biển và không trồi lên được. Cho nên chúng ta học và thực tập để làm sao đừng bị chìm xuống, mà nếu lỡ có bị chìm thì phải biết cách nổi lên trở lại. Và người dạy cho mình, người ấy phải nổi, người ấy mà cũng chìm thì làm sao giúp cho mình nổi lên được? Tất cả đều là tu hết, nhưng mà có người tu khéo và người tu không khéo. Người tu khéo thì nổi, người tu vụng thì chìm chứ không phải hễ tu là được. Phải tu cho khéo. Vì vậy cho nên tu là một nghệ thuật, tu không phải là lao tác mệt nhọc.

Có những người bơi giỏi họ muốn chìm xuống để họ kiếm cái gì dưới đáy, cái đó gọi là lặn. Lúc ấy là vì họ muốn và họ có khả năng, họ hoàn toàn tự chủ được, muốn nổi thì nổi, muốn chìm thì chìm. Những người tu thành công cũng vậy, nhiều khi phải chìm xuống để vớt người khác rồi đưa người ấy cùng nổi lên. Người tu phải học được nghệ thuật đó, đôi khi mình cũng phải chìm với người ta. Nhưng đây là mình cố ý muốn chìm để giúp đời chứ không phải là mình bị chìm. Trong một ngày mình có thể chìm nhiều lần. Ai trong chúng ta cũng đã có kinh nghiệm đó rồi. Có ngày chúng ta chìm hai ba lần, chìm sâu xuống, rất là khổ sở và tu tập là để nổi lên trở lại. Có những phương pháp mà Bụt trao truyền, nếu nắm được thì mình nổi lên dễ dàng. Trong bài tựa của Thiền sư Tăng Hội viết cho *Kinh An Ban Thủ ý*, ngay câu đầu Tổ đã nói: "An Ban là Đại thừa của các vị Bụt, dùng để cứu độ chúng sinh đang lênh đênh chìm nổi." Ngài biết là chúng sanh phần lớn chìm rồi nổi, chìm rồi nổi, rồi chìm nữa, rồi nổi nữa. Và vì vậy, An Ban tức là phương pháp thở, là một trong những phương pháp rất hay để giúp cho khi bị chìm xuống thì mình có thể nổi lên trở lại được. Và nếu học, nắm được phương pháp thở thì khi bị chìm xuống, mình có thể nổi lên trở lại. Hoặc là khi mình đang nổi mà không muốn bị chìm thì phải nắm lấy An Ban để thực tập thì sẽ không chìm. Cho nên kinh *An Ban Thủ ý* là một trong những kinh rất quý, là phương pháp thở trong chánh niệm giúp mình nắm vững tay chèo để đừng có chìm xuống. Nhiều lúc mình chìm xuống quá sâu và mình có cảm tưởng rằng không bao giờ có thể nổi lên lại được. Lúc đó, nếu mình có "An

Ban Thủ ý" ở trong lòng, lôi ra thực tập thì sẽ nổi lên lại được. Cho nên tới chùa thì phải học cho được những bí quyết, những pháp môn, nắm cho vững để gặp những lúc chìm xuống thì tự biết cách để mà đạp một cái là nổi lên trở lại.

Tôn giáo mà không có đạo đức là phá sản, gây khổ đau rất nhiều cho xã hội

"... Một tôn giáo mà chủ trương cuồng tín thì tôn giáo đó không có đạo đức. Một tổ chức tôn giáo chuyên sử dụng quyền hành và tiền bạc để đạt tới những mục tiêu phát triển, xây dựng, sử dụng những phương tiện tham nhũng để xây chùa hay xây nhà thờ, mua chuộc tín đồ, mua chuộc con chiên là áp dụng những biện pháp bá đạo chứ không phải là vương đạo. Phát triển nền tảng tôn giáo của mình như vậy là không có đạo đức. Cho nên chúng ta không nên lẫn lộn giữa hai danh từ tôn giáo và đạo đức. Tôn giáo mà không có đạo đức tức là sự phá sản, gây khổ đau rất nhiều cho xã hội. Và nếu trong nội bộ tôn giáo mà có sự tranh giành quyền bính để có địa vị, lợi lộc trong những chức vụ hội trưởng, trưởng ban trị sự, cha xứ... thì tất cả những

sự tranh giành địa vị, quyền bính đó chứng
tỏ rằng người ta đang lợi dụng tôn giáo của
chính họ để phục vụ cho tham vọng, quyền
lợi, uy quyền của mình. Như vậy đạo đức
vắng mặt và tôn giáo phá sản. Mà một khi đã
phá sản thì tôn giáo có thể đóng góp được gì
cho sự lành mạnh hóa xã hội?...”

Nhà báo Hoàng Anh Sướng:

Thưa Thiền sư! Ngài là người xuất gia đầu tiên khởi
xướng phong trào “đạo Phật dấn thân.” Chữ “dấn thân” ở
đây nên được hiểu như thế nào?

Thiền sư Thích Nhất Hạnh:

Dấn thân là không sợ hãi, sẵn sàng đối mặt với khó
khăn để giải quyết. Ví như trong một cuộc thương thuyết
mà hai bên đến với nhau bằng sự nghi kỵ, bằng cảm giác
sợ hãi thì không thể thành công. Mà trước khi ngồi vào
bàn thương thuyết phải chơi với nhau, ăn cơm uống nước
với nhau, lắng nghe những khổ đau của nhau để hiểu
nhau. Đạo Phật có giáo lý thực tập làm thỏa mãn chiều
sâu ước muốn của con người. Đó là sự bao dung, không
kỳ thị, tôn trọng tất cả mọi loài trong thiên nhiên. Hơn
nữa, ý nghĩa của Phật giáo rất sâu sắc. Ở đó, con người
nhận ra tình yêu thương, hiểu biết mọi điều. Phong trào
đạo Phật dấn thân đã xuất hiện ở nhiều nước phương
Tây, với hàng ngàn tăng thân mà gốc rễ của nó là từ Việt

Nam, với dòng tu mới của chúng tôi lấy tên là "Tiếp hiện" - an trú trong hiện tại.

Nhà báo Hoàng Anh Sướng:

Giáo lý đạo Phật quan niệm: "Phật pháp bất ly thế gian". Nhưng ở Việt Nam, mỗi thiền viện lại thực hiện giáo lý ấy một cách khác nhau. Như ở Thiền viện Tây Thiên (Vĩnh Phúc) không cho các tăng sinh còn trẻ tiếp xúc với báo chí, truyền hình, internet, điện thoại..., nhưng ở Học viện Phật giáo Sóc Sơn (Hà Nội) thì lại cho phép. Thiền sư có ý kiến gì về chuyện này?

Thiền sư Thích Nhất Hạnh:

Quan điểm của tôi, càng phát triển khoa học công nghệ cao thì mặt trái đi kèm với nó là càng nhiều tệ nạn phát sinh. Những tệ nạn đó lây lan vào cả nhà chùa. Vì thế phải có một rào cản, không chỉ là luân lý đạo pháp mà phải cụ thể. Như ở tăng thân Làng Mai của tôi, tất cả đều mang tinh thần tập thể. Đi ra ngoài không đi một mình, vào internet tìm thông tin không xem một mình, điện thoại, laptop dùng chung, địa chỉ email chung, đến cả xe hơi cũng là sở hữu cộng đồng... Đó là giới luật của Làng Mai, tất cả đều phải tuân thủ. Tôi tán thành quan điểm của Thiền viện Tây Thiên.

Nhà báo Hoàng Anh Sướng:

Có một thực tế là: ở các đô thị thường không có chùa lớn, mà chùa lớn thường nằm ở trên cao, núi non hiểm trở. Vậy điều đó có gì mâu thuẫn với quan điểm "nhập thể" của đạo Phật khi có sự xa cách (chí ít là về mặt địa lý) với đời sống thị dân?

Thiền sư Thích Nhất Hạnh:

Ngày xưa, không phải ngẫu nhiên mà các vị tổ lập chùa thường chọn nơi non cao thanh tịnh, cách xa với cuộc sống ồn ào nơi thị thành. Chùa là nơi để con người tìm đến, giúp giải thoát phiền não, làm dịu thần kinh, như một phương pháp trị liệu tâm lý. Nếu dựng chùa ở nơi phồn hoa đô hội, sự thanh tịnh khó thể giữ được bởi nhiều tác động xung quanh cửa chùa...

Nhà báo Hoàng Anh Sướng:

Trong xã hội chúng ta hiện nay có những tệ trạng gây ra rất nhiều khổ đau. Số người trẻ bỏ gia đình, đi tìm quên lãng ở ngoài, sa vào hầm hố của băng đảng, tội phạm, xì ke ma túy, sắc dục và mãi dâm ngày càng đông. Những tệ trạng xã hội này đã bắt đầu thấm tràn vào trong chùa. Đã có dấu hiệu của những tệ nạn đó trong hàng ngũ của những người xuất gia. Thiền sư suy nghĩ gì về thực trạng này?

Thiền sư Thích Nhất Hạnh:

Đây là một tiếng chuông báo hiệu rất lớn. Nếu chúng ta không thanh lọc, không lành mạnh hóa được nội bộ của tôn giáo thì tôn giáo sẽ không đóng được vai trò nào cả trong việc giúp cho xã hội được thanh lọc, được lành mạnh và có được hạnh phúc, an vui. Cho nên vấn đề là mình phải trở về với đoàn thể của mình, tu tập như thế nào để mỗi ngày thực hiện được sự thanh lọc. Thanh lọc trong tâm ý, trong lời nói và trong tư tưởng của chúng ta.

Những tệ nạn trong xã hội đang gia tăng với đà phát triển của kinh tế và công nghiệp hóa. Nhiều người trong xã hội chúng ta đang đi tìm hạnh phúc về hướng tiêu thụ, sống hối hả, theo lối sống gọi là hiện đại. Đây là một tai nạn rất lớn cho đất nước và cho xã hội chúng ta.

Vấn đề bạo động và vấn đề tội phạm là một vấn đề quốc tế. Các xã hội Tây phương hiện giờ có rất nhiều bạo động. Bạo động trong gia đình, bạo động trong trường học, bạo động trong thành phố. Trong gia đình người ta phải gọi cảnh sát đến để can thiệp giữa chồng với vợ, giữa cha với con. Trong trường học cũng vậy. Học sinh đem súng vào để bắn thầy giáo, bắn các bạn. Ở ngoài đường phố, bạo động và căm thù cũng xảy ra rất nhiều. Đó không phải chỉ là hiện tượng riêng của các nước Tây phương mà đang bắt đầu là hiện tượng chung của cả thế giới, kể cả các nước Á châu. Sự sụp đổ, tan rã của cấu trúc gia đình là một tai nạn lớn vì trong gia đình ít có truyền thông, không có hạnh phúc, người trẻ không cảm thấy phấn khởi khi nghĩ tới gia đình. Vì vậy, họ có khuynh hướng đi tìm sự quên lãng bên ngoài và do đó, sa vào hầm hố của sự hư hỏng. Cuối cùng, không bít lấp được những khổ đau, họ đi tự tử.

Nhà báo Hoàng Anh Sướng:

Tôi muốn đề cập đến một tệ nạn khác, rất đáng báo động ở Việt Nam từ nhiều năm qua mà báo chí cũng đã đề cập đến quá nhiều. Đó chính là vấn đề tham nhũng. Ở Việt Nam, tham nhũng thực sự là một quốc nạn.

Thiền sư Thích Nhất Hạnh:

Người ta hay nói tới tham nhũng trong xã hội, trong bộ máy chính quyền, trong đảng, nhưng chúng ta cũng có thể nói đến tệ trạng tham nhũng trong các giáo hội và ngay trong đoàn thể Phật giáo. Trong đảng, trong giáo hội, không ai muốn có sự tham nhũng nhưng nạn tham nhũng vẫn có và vẫn càng ngày càng lớn. Trong giáo hội có những bậc trưởng thượng giới luật nghiêm minh không vướng vào tham nhũng, nhưng có những vị khác đã, đang và sẽ vướng vào. Khi bầu ban thường vụ, ban thường trực, ban trị sự thì có hiện tượng tranh giành, loại trừ, giống hệt như ở ngoài đời. Vì vậy, đây là quốc nạn, không phải là nạn riêng của Đảng hay của chính quyền.

Nhà báo Hoàng Anh Sướng:

Tôi nghĩ rằng, tôn giáo muốn phục vụ được xã hội thì trước hết phải thanh lọc hàng ngũ của mình, thanh lọc thân, khẩu, ý của mình thì mới có thể giúp thanh lọc hóa xã hội.

Thiền sư Thích Nhất Hạnh:

Đúng thế. Nói đến tôn giáo thì chúng ta nói đến đức tin, hy vọng và sự cầu nguyện. Nhưng đạo Phật không phải chỉ là một tôn giáo. Đạo Phật là một kho tàng tuệ giác với những phương pháp rất cụ thể có thể giúp chúng ta tháo gỡ, chuyển hóa những khó khăn, những khổ đau trong bản thân, thiết lập lại được truyền thông với thầy, với đệ tử, với huynh đệ và giúp cho những người ngoài đời thiết lập lại được truyền thông trong gia đình, trong cộng đồng, khôi phục được hạnh phúc, ngăn được sự sa đọa.

Chúng ta phải phân biệt giữa tôn giáo và đạo đức.

Hai cái có thể đi đôi với nhau, nhưng tôn giáo chưa hẳn là đạo đức. Có trường hợp tôn giáo không có đạo đức. Mà không có đạo đức thì tôn giáo sẽ phá sản, có hại cho xã hội, ví dụ như cuồng tín. Khi theo một tôn giáo mà trong bản thân mình lại có chất cuồng tín thì mình sẽ gây rất nhiều khổ đau cho chính mình và cho những người chung quanh. Mình nói rằng mình giữ độc quyền chân lý và những người nào không theo mình tức là đi lạc vào đường ma quái, cần phải loại trừ hay tiêu diệt. Khi có sự cuồng tín như vậy thì ngôn ngữ, hành động cũng như tư tưởng của mình không còn là đạo đức. Suy nghĩ, nói năng và hành động như vậy tạo ra sự chia rẽ, kỳ thị. Và đó là một nguyên do đưa đến chiến tranh, giành giật. Vì vậy, một tôn giáo mà chủ trương cuồng tín thì tôn giáo đó không có đạo đức. Một tổ chức tôn giáo chuyên sử dụng quyền hành và tiền bạc để đạt tới những mục tiêu phát triển, xây dựng, sử dụng những phương tiện tham nhũng để xây chùa hay xây nhà thờ, mua chuộc tín đồ, mua chuộc con chiên là áp dụng những biện pháp bá đạo chứ không phải là vương đạo. Phát triển nền tảng tôn giáo của mình như vậy là không có đạo đức. Cho nên chúng ta không nên lẫn lộn giữa hai danh từ tôn giáo và đạo đức. Tôn giáo mà không có đạo đức tức là sự phá sản, gây khổ đau rất nhiều cho xã hội. Và nếu trong nội bộ tôn giáo mà có sự tranh giành quyền bính để có địa vị, lợi lộc trong những chức vụ hội trưởng, trưởng ban trị sự, cha xứ... thì tất cả những sự tranh giành địa vị, quyền bính đó chứng tỏ rằng người ta đang lợi dụng tôn giáo của chính họ để phục vụ cho tham vọng, quyền lợi, uy quyền của mình. Như vậy đạo đức vắng mặt và tôn giáo phá sản. Mà một khi đã phá sản thì tôn giáo có thể đóng góp được gì cho sự lành mạnh hóa xã hội?

Nhà báo Hoàng Anh Sướng:

Cám ơn Thiền sư đã dành thời gian chia sẻ với chúng tôi rất nhiều điều quý báu. Đây là một vinh dự lớn cho chúng tôi và độc giả sẽ được hưởng rất nhiều lợi lạc.

Mục lục

Trò chuyện với thiền sư Thích Nhất Hạnh
HẠNH PHÚC ĐÍCH THỰC

NHÀ XUẤT BẢN VĂN HỌC
Địa chỉ: 18 Nguyễn Trường Tộ - Ba Đình - Hà Nội
Website: www.nxbvanhoc.vn *Email:* tonghopvanhoc@vnn.vn
Điện thoại: 0243.716.1518 - 0243.716.3409 *Fax:* 0243.8294781

Chịu trách nhiệm xuất bản
TS. NGUYỄN ANH VŨ

Biên tập: **TS. Nguyễn Anh Vũ**
Chế bản: **Ánh Vững**
Sửa bản in: **Hải Yến**
Thiết kế bìa: **Quang Vinh**

HUY HOÀNG

LIÊN KẾT XUẤT BẢN:
CÔNG TY CỔ PHẦN VĂN HOÁ HUY HOÀNG
110D Ngọc Hà, Ba Đình, Hà Nội
Tel: (0243) 736 5859 - 736 6075   *Fax:* (0243) 736 7783
Email: info@huyhoangbook.vn

CHI NHÁNH PHÍA NAM
357A Lê Văn Sỹ, P1, Q. Tân Bình, TP. HCM
Tel: (0283) 991 3636 - 991 2472 *Fax:* (0283) 991 2482
Email: cnsaigon@huyhoangbook.vn
www.huyhoangbook.vn

Mã sách tiêu chuẩn quốc tế (ISBN): 978-604-963-029-3
In 2.000 cuốn, khổ 13.5 x 20.5 cm tại: DNTN in Hà Phát
Địa chỉ: Số 6 Ngọc Hà, Ba Đình, Hà Nội
Số đăng ký KHXB: 82-2018/CXBIPH/06-06/VH, ngày 09/01/2018
Số QĐ của NXB Văn học: 24/QĐ-VH, ngày 15/1/2018
In xong nộp lưu chiểu quý I năm 2018

Cảm ơn bạn đã chọn sách của Huy Hoàng!
Mọi góp ý xin gửi về: ***rights@huyhoangbook.vn***

MỘT SỐ HÌNH ẢNH

Thiền sư Thích Nhất Hạnh

Thiền sư Thích Nhất Hạnh và nhà báo Hoàng Anh Sướng tại Mỹ.

Nhà báo Hoàng Anh Sướng hoan hỉ sau lễ quy y Tam bảo,
thọ năm giới tại Tu viện Mộc Lan (Mỹ).

Thiền sư Thích Nhất Hạnh đang có mặt ở khắp nơi
dưới hình dạng những người học trò của ngài.

Mỗi khóa tu chánh niệm của Thiền sư Thích Nhất Hạnh
thu hút khoảng 1.500 người đến tu.

Đạo Phật ở phương Tây phát triển rất mạnh và nhanh,
được giới trẻ, giới trí thức hâm mộ nhiều.

Họ nằm trong tư thế phủ phục 2, 3 phút để buông xả hết
những giận hờn, tuyệt vọng, để tiếp xúc được với
tổ tiên tâm linh, tổ tiên huyết thống.

Rất đông người Việt đến tham dự khóa tu
của Thiền sư Thích Nhất Hạnh tại Mỹ.

Thiền sư Thích Nhất Hạnh đang hướng dẫn các thiền sinh phương Tây đi thiền hành tại Tu viện Mộc Lan (Mỹ).

Thiền sư Thích Nhất Hạnh thuyết pháp về đạo Phật tại Đại học Harvard (Mỹ).

Thiền sư Thích Nhất Hạnh luôn hướng trẻ em Tây phương trở về với tổ tiên tâm linh, tổ tiên huyết thống.

Thiền sư Thích Nhất Hạnh và các đệ tử của ngài luôn thiết lập truyền thông với tổ tiên huyết thống, tổ tiên tâm linh.

Thiền sư Thích Nhất Hạnh tại triển lãm "Thiền thư pháp
Nghệ thuật chánh niệm" của Ngài tại New York.

Chúng ta cần học để sống với nhau như một cơ thể.

Hầu hết những sư thầy, sư cụ Làng Mai cũng rất trẻ.

Những bữa ăn trong chánh niệm luôn ngập tràn hạnh phúc
của các sư cô Làng Mai.